खांडेकर रजत-स्मृती पुष्प

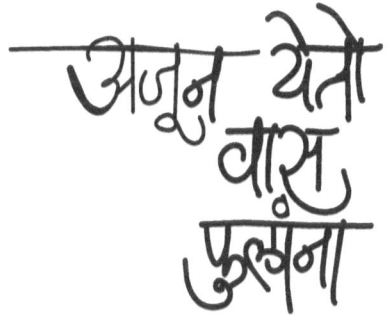

अजून येतो वास फुलांना

वि. स. खांडेकर

संपादक
डॉ. सुनीलकुमार लवटे

मेहता पब्लिशिंग हाऊस

✆ +91 020-24476924 / 24460313

Email : production@mehtapublishinghouse.com

Website : www.mehtapublishinghouse.com

- *या पुस्तकातील लेखकाची मते, घटना, वर्णने ही त्या लेखकाची असून त्याच्याशी प्रकाशक सहमत असतीलच असे नाही.*

AJUN YETO VAS FULANA by V. S. KHANDEKAR

अजून येतो वास फुलांना : वि. स. खांडेकर / लघुनिबंध-संग्रह

संपादक डॉ. सुनीलकुमार लवटे

Email : author@mehtapublishinghouse.com

© सुरक्षित

मराठी पुस्तक प्रकाशनाचे हक्क मेहता पब्लिशिंग हाऊस, पुणे.

प्रकाशक : सुनील अनिल मेहता, मेहता पब्लिशिंग हाऊस,
१९४१, सदाशिव पेठ, माडीवाले कॉलनी, पुणे - ४११०३०.

मुखपृष्ठ : चंद्रमोहन कुलकर्णी

प्रकाशनकाल : सप्टेंबर, २००३ / मे, २००६ / मार्च, २०१४ /
मार्च, २०१७ / पुनर्मुद्रण : जुलै, २०१९

P Book ISBN 9788177662542
E Book ISBN 9789386342720
E Books available on : play.google.com/store/books
www.amazon.in

माणूसपणाचा शोध

लहानपणी शाळेत असताना पुस्तकात फुलं, पानं, पीसं ठेवायचा नाद कुणाला नाही असत? बालपणीचं असं एखादं जुनंपुराणं अडगळीतलं पुस्तक अचानक हाती यावं नि ते सहज चाळत, पिसत असताना फार वर्षांपूर्वी ठेवलेल्या, कालौघात चिमटल्या, चुरगाळल्या गेलेल्या शुष्क फुलास हळूवार स्पर्श करताना मागे पडलेल्या सुवर्णस्मृती पुन्हा एकदा अलगद जाग्या होतात अन् लक्षात येतं की हेच ते जास्वंदीचं फूल, हाच तो फुलपाखराचा पंख मित्राची आठवण म्हणून ठेवलेला! आपल्या झटापटीत आपसुख हाती आलेला! (उरलेलं ते एकपंखी पाखरू कसं फडफडत अदृश्य झालं होतं ना!), मित्राच्या मामानी दिलेलं, खरं तर हट्ट करून मिळवलेलं हेच ते पीस! आकाशात उडणाऱ्या शेवरीच्या म्हाताऱ्या, साबणाचे फुगे, पाकोळ्या, लोलक, काचा-कवड्या, शंख-शिंपले गोळा करता करता आपण म्हातारे केव्हा झालो लक्षातच येत नाही! त्याची जाणीव होते ती नातवंडांचे हे सारे खेळ डोळे भरभरून पाहताना... अन् भूतकाल पुन्हा एकदा बालपणीच्या, गतकालाच्या आठवणींशी रूंजी घालू लागतो. वर्तमानास लज्जत येते ती मागे टाकलेल्या, पडलेल्या काळाने बहाल केलेल्या प्रौढत्वामुळे... चिंतनशीलतेमुळे; तर्क, विनोद, सौंदर्य, संगीतामुळे... वि. स. खांडेकरांचे 'अजून येतो वास फुलांना' या संग्रहातील हे निबंध तुम्हास अशाच काहीशा मन:स्थितीची निर्मिती असल्याचा साक्षात्कार देतील.

कधी अगदी साधे, सहज विषय, कधी स्वप्नरंजन, तर कधी दैव, जीवनाचं तत्त्वज्ञान, संस्कृती नि माणूस, महात्म्यांच्या जीवनाचं पाथेय, बालमनाच्या श्रद्धा, पुस्तकांची जादू, प्रभाव, जीवनातील मूल्यांचा महिमा; संत, महंत, महाकवींची चित्रं, पात्रं नि त्यांची चरित्रं; आपल्या जागी दुसऱ्यास पाहण्याचा-परकाया प्रवेश, जीवनाचं अचंबित गूढ, माणसाचं पूर्णत्व, आत्मशोध असे कितीतरी विषय खांडेकर या निबंधांतून आपल्या पुढे कळत न कळत सादर करत राहतात नि वाचताना लक्षात येतं; खांडेकर आपल्या या लघुनिबंधांद्वारे समुद्रकिनाऱ्याला मासे पकडत फाटलेल्या, तुटलेल्या जीवन जाळ्याला नवी विण घालत बसलेल्या कोळ्याप्रमाणे ते जाळं पूर्ववत करण्याची कलाकुसर तल्लीनतेनं करताहेत! खांडेकरांचे लघुनिबंध हा जीवनाचा पुनर्शोध जसा असतो तशी ती विस्कटलेल्या जीवनाची पुनर्मांडणीसुद्धा असते. लालित्याबरोबर मार्मिकता घेऊन येणारी ही फुलं जुनी, पुराणी खरीच; पण त्यांचा गंध, खुमारी मात्र केवळ अवीट!

तसं पाहिलं तर साप्ताहिक वैनतेय (सावंतवाडी)च्या २२ फेब्रुवारी १९२७च्या अंकात प्रकाशित 'निकाल द्या' (How's that) लघुलेखाने वि. स. खांडेकरांच्या लघुनिबंध लेखनाचा प्रारंभ झाला. त्यांचा शेवटचा लघुनिबंध 'शब्द आणि शब्द', 'अरुंधती'त (दीपावली, १९७६) प्रकाशित झाला. लघुनिबंध लेखनाच्या ४९ वर्षांच्या कालखंडात खांडेकरांनी एकूण २७७ लघुनिबंध लिहिले. पैकी २१३ 'वायुलहरी' (१९३६) ते 'झिमझिम' (१९६१)पर्यंतच्या दहा लघुनिबंध संग्रहात संकलित आहेत. उर्वरित असंकलित ६४ लघुनिबंध खांडेकरांनी १९२७ ते १९७६च्या काळात लिहिले. ते प्रामुख्याने विविध नियतकालिकात व दीपावली अंकात प्रकाशित होत राहिले. खांडेकरांनी 'वैनतेय', 'ज्योत्स्ना', 'अखंड भारत', 'स्वराज्य' सारख्या नियतकालिकातून सदर चालवल्यासारखे क्रमशः व नियमित लघुनिबंध लेखन केले. सन १९२७ ते १९६१ या कालावधीत लिहिलेल्या परंतु आजवर असंकलित राहिलेल्या लघुनिबंधांचा एक गुच्छ 'रानफुले' यापूर्वीच संपादित करून वाचकांच्या हाती दिला आहे. 'अजून येतो वास फुलांना' हा १९६४ ते १९७३ काळातील ('स्वराज्य'मध्ये प्रकाशित लघुनिबंध सोडून) लघुनिबंधांचा संग्रह.

वि. स. खांडेकरांच्या लेखनात मौन कालखंड आढळतात. कादंबरी लेखनात क्रौंचवध (१९४२) ते अश्रू (१९५४) या काळात तपभराचा मौन कालखंड आढळतो. त्याचे स्पष्टीकरण खांडेकरांनी 'सांजवात' (१९४८) कथासंग्रहाच्या 'दोन शब्द' प्रस्तावनेत विस्ताराने केले आहे. या मौन, स्तब्ध कालखंडाची संभावना अनेकांनी आपापल्या मगदुराप्रमाणे केली होती. खांडेकर युग संपले, प्रतिभा आटली इ. असा स्तब्धतेचा कालखंड लघुनिबंध लेखनातही आढळतो. सन १९५८ला त्यांच्या पत्नी सौ. उषाताईंचं दुःखद निधन झालं. त्यानंतर १९६३-६४पर्यंत ते अपवादाने लिहित. व्याख्याने, प्रवासही आवश्यक तेवढेच करत. श्री. वसंतराव आगाशेंना १५ नोव्हेंबर १९५८ रोजी लिहिलेल्या एका पत्रातून त्यांच्या या स्तब्ध, निःशब्द मनःस्थितीचा उलगडा होतो. ते लिहितात, 'सौ. उषेच्या चिरवियोगाने जणू जीवनाचीच फाळणी झाली. आता उरलेल्या एका भागाने मुलांसाठी जगायचे, साहित्यासाठी धडपडायचे.' अर्धतपाच्या उपरोक्त स्तब्ध कालखंडानंतरचे परंतु दृष्टी हरविण्यापूर्वी (१९७३) लिहिलेल्या या संग्रहातील निबंधांमागे विमनस्क अशी लेखकाच्या मनाची पार्श्वभूमी आहे. व्यक्तिगत जीवनातील कटुता, आघात पचवत केलेलं हे लेखन; पण त्यातील लेखकाची आत्मशोधक वृत्तीच अधिक भावते, प्रभावित करत रहाते. हे बहुरूपी लघुनिबंध विषय वैचित्र्याबरोबर त्यातील गंभीर तत्त्वचिंतनामुळे आपणास जवळून साद घालतात, अंतर्मुख करतात.

वि. स. खांडेकरांच्या लघुनिबंधात सुरुवातीसच वाचकांना आपलंसं करण्याची विलक्षण शक्ती आहे. निबंधाचा विषय कितीही साधा असो त्यातून गहिरं जीवनमूल्य ते समजावतात. 'रात्री चिंगी म्हनली' सारखाच लघुनिबंध घ्या ना! घराशेजारी

असलेल्या सार्वजनिक नळावरील एक संवाद लेखकाच्या कानी येतो काय नि 'चिंगी' या नावानिशी लेखकाच्या मनातील कल्पनेची मुंगी आकाशी उडते काय? हा सारा प्रतिभेचाच चमत्कार म्हणायचा! माणूस जन्माला आला की नावानिशी त्याचं स्वतंत्र अस्तित्व, व्यक्तित्व निर्माण होतं... नावं कशी ठेवली जातात, त्याच्या कसोट्या, कल्पना, आशय कालपरत्वे कशा बदलतात... 'The old order changeth yielding place to new one' या टेनिसनच्या काव्य ओळींना उजाळा देणारा, नवा संदर्भ देणारा खांडेकरांचा हा लघुनिबंध सुतावरून स्वर्गारोहण करण्याची अनोखी करामत करणारा ठरावा. नावे, समाजबदलाची प्रतिबिंबे असतात हे लक्षात आणून देणारा हा अनोखा लघुनिबंध. 'स्वप्ने' मध्ये खांडेकर आपणास स्वप्नरंजनामागील जीवनाधार समजावितात. वर्तमान पत्रासारखं साधं साधनही दिशांतर करणारी जीवनदृष्टी देऊ शकतं परंतु तुमच्याकडे त्यासाठी एक विचारशक्ती हवी. ज्याला स्वप्नं असतात त्यासच भविष्य असतं असं म्हटलं जातं. मार्टिन ल्युथर किंग नेहमी म्हणायचा, 'I have a dream'. स्वप्नं कशीही असोत ती तुम्हास नव्या जगात घेऊन जातात. मुंगीचं महाभारत, तिची जगप्रदक्षिणा घडते ती स्वप्नवृत्तीतूनच!

जीवनात रोज घडणाऱ्या साध्या, संवाद, उद्गारातून महान जीवनभाष्य करणे खांडेकरच करू जाणे! अर्थात, त्यामागे असते अनुभवसंपन्नता, तर्कदृष्टी, चिंतन, मनन सर्वकाही. 'हा काय न्याय झाला?' सारखा उद्गार आपण रोजच्या व्यवहारात ऐकतो नि सोडून देतो. 'नळी फुंकिली सोनारे, इकडून तिकडे गेले वारे' असं आपणा सर्वांचं असतं. कलाकार कवी 'जे न देखे रवी' कुळातला. त्याला साधे-साधे संवाद, उद्गार अस्वस्थ करतात... क्रिकेटच्या मालिकेत सतत हारणारा गॅरी सोबर्स हताशपणे हा उद्गार काढतो... लेखक अंतर्मुख होतो... त्याच्या लक्षात येतं की नियती क्रूर असते, कधी सुदैवी तर कधी दुर्दैवी! देवाधीन दैववादी माणसं हातपाय गाळून हताश होतात... पुरुषार्थी त्यावर मांड ठोकतात. 'न्याय' लघुनिबंध आपणास वळणं घेत निसर्ग, न्याय, नीतीचं चक्र समजावितो तेव्हा उमजतं, गर्भगळित होऊन चालणार नाही– 'कायदा पाळा गतिचा, थांबला तो संपला'. खांडेकरांच्यातील लघुनिबंधकार मित्र, मार्गदर्शक, मदतनीस असतो तसाच तो असतो एक क्रांतदर्शी कवीही!

जीवन हा चैत्रपालवी ते पानगळीपर्यंतचा एक आरसपानी प्रवास असतो. त्यातली पानगळ दुःखद, क्लेशकारक खरी. म्हणून तर लेखकाचा मित्र वृद्धत्वाची संभावना 'कुतरपण' म्हणून करतो. पण लेखकास तसं नाही वाटत... वार्धक्य त्याच्या लेखी 'उदात्त तत्त्वकथा' असते. 'अहा ते सुंदर दिन हरपले, मधु भावाचे वेड जयांनी जिवाला लाविले' म्हणणाऱ्या कवयित्रीवत त्याला वार्धक्यही बालपणाइतकंच मोहक वाटत राहतं... 'त्या फुलांच्या गंधकोषी...' वार्धक्य सुखद करून सोडण्याची जादुई किमया असते. 'अजून येतो वास फुलांना' हा लघुनिबंध खांडेकरांच्या

व्यक्तिगत विचारांचा, मानसिक ताना-बाना... यात म्हातारपणी येणारी पाल्हाळिकता असली तरी विस्तारामागचं वास्तव आपणास नव्या धुमाऱ्यांचं दर्शन देतं.

'एक चुटका' हा संग्रहातील चटकदार (खरं तर चटका देणारा) लघुनिबंध. नाव सार्थ करणारा! 'देश तशी माणसं' हे या निबंधाचं विचारसूत्र. देशाचा फुका अभिमान बाळगणारे चिंतोपंत आर. के. (लक्ष्मणां)च्या लक्ष्मणरेषेतून साकारणारे सामान्यजनांचे प्रतिनिधीच– खरं तर ते, 'प्रातिनिधिक भारतीय'. वाचलेल्या चुटक्यात भारत नाही म्हणून चिंतोपंतांचा कोण चडफडाट! लेखकाने या चुटक्याची केलेली भारतीय सोडवणूक मात्र मनाला चटका लावते- लघुनिबंध वाचणाऱ्या प्रत्येकाची स्थिती 'धरलं तर चावतं' अशीच होऊन जाते. खांडेकरांचं व्यंग्य मोठं मार्मिक असतं. हा निबंध त्याचं व्यवच्छेदक उदाहरण! 'अर्ध भांडं पाणी' महात्मा गांधींचा काटकसरीचा धडा समजाविणारा लघुनिबंध. महात्म्यांचे संदेश सुगंधासारखे असतात. ते कागदात नाही साठवता येत. ते साठवायचे असतात हृदयात. जीवनात त्यांचं प्रतिबिंब काळाची मागणी असते. साध्या उदाहरणातील गहिरा जीवनबोध म्हणजे अत्तराच्या इवल्याशा कुपीत साठवलेला आसमंत दरवळू शकेल असा सुगंध! खांडेकर म्हटले की भाषेची आतषबाजी, शब्दांची उधळण, अलंकारांची रेलचेल. यमकांची शृंखला– वाघ, बाग, नाग, आग अशी यमकाची पेरणी करत रचलेल्या बालकथा कशी अद्‌भूतता निर्माण करतात यांचा सुंदर वस्तुपाठ खांडेकरांनी 'एक होता वाघ' मध्ये दिलाय. बालपण एका अर्थानं श्रद्धायुगच असतं. श्रद्धा माणसाला नि:शंक करते. इसाप, विष्णुशर्मा यांनी कोल्ह्यावर केलेला अन्याय आपल्या लक्षातच येत नाही तो या नि:शंक करणाऱ्या काळामुळंच. बालमनाची उलगड या निबंधात ज्या तऱ्हेने झालीय त्यातून खांडेकर मनोविश्लेषक असल्याची खात्री पटते.

जीवन घडणीच्या काळात पुस्तके पालकांइतकीच आपली जडण-घडण करत असतात. खांडेकरांनी आपल्या प्रिय पुस्तकात 'इसापनीती' व 'रामायण' ची केलेली निवड हेच स्पष्ट करते. पुस्तके अद्‌भूत असतात तशी अनुभवसमृद्धही. कल्पना नि वास्तवाचा मेळ म्हणजे जीवन. वास्तवाचेही आपले पदर असतात. काल्पनिक वास्तव, दाहक वास्तव. इसापनीती, अलीबाबाची कथा नि रामायण यातील सीमारेषा, अंतर हा जीवनाचाच भेद. जन्म, प्रेम, मृत्युसारख्या घटना रम्यता, मधुरता नि कारुण्य निर्माण करतात, म्हणून जीवनात रंगत. जीवन उतरणीस लागल्यावर लेखकाला दोन्ही पुस्तके आवडत असली तरी रामायण अधिक भावतं. कारण ते अधिक जीवनस्पर्शी असतं. 'दोन पुस्तके' लघुनिबंध जीवनद्वंद्व उलगडून दाखवतो. 'सनातन यक्ष प्रश्न' विचारात्मक लघुनिबंध- मूल्यमहिमा स्पष्ट करणारा. माणूस म्हणून जगण्याची जिद्द निर्माण करणारा, प्रेरणा देणारा तो माणूसपणाचा शोधच असतो. 'ताटी उघडा ज्ञानेश्वरा' रेडिओवर प्रतिदिन ऐकू येणाऱ्या भक्तिसंगीतातील एक गीत. आपणही ऐकतो नि लेखकही. लेखकास मात्र

त्यात परिवर्तनाची बीजे पेरणारा ज्ञानेश्वर दिसतो. सामान्यांच्या मर्यादा समजाविणारा हा लघुनिबंध वाचकांना निश्चितच अंतर्मुख करील.

खांडेकरांचं लेखन म्हणजे उपेक्षितांचे अंतरंग प्रगट करणारं आत्मकथनच असतं. मांडवी, श्रुतिकीर्तीसारखी उपेक्षित चरित्रं त्यांच्या लघुनिबंधात न्याय मिळवितात नि मान्यताही. उपेक्षितांना मध्यप्रवाहात आणण्याचं कार्य खांडेकरांची लेखणी सतत करत आली आहे. 'अजून येतो वास फुलांना' संग्रहातील किती तरी पात्रं, चरित्रं, व्यक्ती उपेक्षित फुलांचा दरवळ लक्षात आणून देतात. 'न नाट्याच्या नायिका' याचंच उदाहरण होय. बदलता काळ चमत्कृतीचा रहाणार नाही, तो असेल कृती, कर्तव्य, कार्यप्रवणतेचा. निबंधातील खांडेकरांचं भाष्य म्हणजे मार्मिक भविष्यवेधच! ज्यांना कुणाला जीवनात परकाया प्रवेश करून प्राप्त जीवनापेक्षा आगळं, वेगळं जीवन जगायचंय– जीवन सार्थक्याचं समाधान पदरी पाडून घ्यायचंय, त्यांनी 'दीडशे पौंडाचा चेक' एकदा तरी वाचून वठवायलाच हवा. 'जीवनाट्य' अशाच प्रकारचा लघुनिबंध. जीवन रहस्याचा धांडोळा घेणारा. '१/८=१!' असं आगळं शीर्षक परिधान केलेला लघुनिबंध माणसाच्या पूर्णत्वाचा शोध-बोध होय. दिसतं तसं नसतं... दिसणाऱ्या हिमनगाहून मूळ हिमनग न्याराच ना? माणसाचंही तसंच असतं.

'क्रूस की सूळ?' हा या संग्रहातील अंतिम निबंध. 'I have to bear my cross!' चं तत्त्वज्ञान नि जीवनाची सांगड घालत प्रा. सहस्त्रबुद्ध्यांच्या माध्यमातून माणसा-माणसातील जगणं समजावितो. रडतखडत जगणाऱ्याची कुरकुर नि महात्मा गांधी, अल्बर्ट श्वाइत्झर, बाबा आमटे, महात्मा बुद्ध यांचं जगणं– न सांधणारी दरी खरी पण ती नवी जीवनदृष्टी लेवून साधता येते असा आशावाद हा निबंध जागवतो.

'अजून येतो वास फुलांना' मधील या निबंधांचं जसं साहित्यिक मूल्य आहे तसं सामाजिकही! ज्या कुणाला लघुनिबंधकार खांडेकरांची लेखन शैली, आशय, विषय समजून घ्यायचे असतील त्यांना हा लघुनिबंध संग्रह म्हणजे पर्वणी ठरावा. यात खांडेकरांच्या लेखन विकासाच्या कितीतरी पाऊलखुणा सापडतात. अनुभव वैविध्य, कल्पना विलास, गूढ नि गहरं चिंतन, चमत्कृती, नर्मविनोद, उत्कट काव्य, भविष्यलक्ष्यी जीवनदृष्टी या साऱ्यांचा अनोखा मिलाफ या लघुनिबंध संग्रहात आढळतो.

वि. स. खांडेकरांचं समग्र असंकलित साहित्य संपादित, संग्रहित करताना माझ्या सहाय्यक जयश्री निपाणीकर यांची मोलाची नि सातत्यपूर्ण साथ लाभली. सौ. स्वाती कर्णिक यांनी अनेक संदर्भ जुळवून दिले. शिवाजी विद्यापीठाच्या मराठी विभागाचे प्रमुख प्रा. डॉ. विश्वनाथ शिंदे यांनी मराठीतील माझं अज्ञान वेळोवेळी दूर करून 'शिष्यात् इच्छेत् पराजय:' काव्यपंक्ती सार्थ केली. सर्वांचे मन:पूर्वक आभार.

डॉ. सुनीलकुमार लवटे

अनुक्रमणिका

रात्री चिंगी म्हनली!

माणसाचे मन किती विचित्र आहे! त्याने एखाद्या गोष्टीचा ध्यास घेतला की प्रत्येक वस्तूत त्याला तिचाच भास होऊ लागतो! उर्वशीच्या वियोगाने वेड्या झालेल्या पुरूरव्याने वनातल्या चराचरांत आपली प्रियतमा लपून बसली आहे, अशी समजूत करून घेतली. हंस, हत्ती, हरिण या सर्वांशीच 'माझी प्रिया मला परत दे!' म्हणून तो वितंडवाद घालू लागला! कंसाचेही असेच झाले. गोकुळात वाढणाऱ्या बाळकृष्णाला तो विसरून गेला असता, तर निदान रात्री त्याला सुखाने झोप तरी आली असती. पण तो कृष्णाला विसरू शकला नाही. उलट जळी, स्थळी, काष्ठी, पाषाणी त्याला कृष्णच दिसू लागला! प्रीती आणि भीती यांचे मार्ग कितीही भिन्न असले तरी शेवटी त्यांची फलश्रुती सारखीच!

महाकवींच्या चित्रणाचे विषय झालेल्या या बड्या लोकांची गोष्ट सोडून द्या. माझ्यासारख्या सामान्य माणसाचे मनसुद्धा केव्हा केव्हा वारा प्याल्यासारखे वागू लागते. तान्ह्या वासराप्रमाणे वेडेवाकडे नाचू बागडू लागते. मग काही केल्या त्याचे दावे पकडता येत नाही! आता हेच पाहा ना! मी आपला सारखा एका बाईचा विचार करीत बसलो आहे! ती चार वर्षांची चिमुरडी परकरी पोर आहे, की चार पोरे झालेली नऊवारी लुगडे नेसणारी प्रौढ स्त्री आहे, याची मला बिलकुल कल्पना नाही. कदाचित ती रंभेसारखी सुंदर असेल; कदाचित् कुब्जेइतकी कुरूपही असेल! मला तिच्या रूपाविषयी कुतूहल नाही. पण ते जुजबी आहे, जाताजाता कोपऱ्यावरल्या पोस्टरकडे आपण एखादा कटाक्ष टाकतो ना, तसे!

मात्र सकाळपासून– खरं सांगायचं तर रात्रीपासूनच– माझे मन तिच्याभोवती घुटमळत आहे.

ते झाले असे–

मी लिहावाचायला बसतो ती खोली हमरस्त्यावर आहे. माझ्या खोलीच्या भिंतीला लागूनच बाहेर सार्वजनिक नळ आहे. लेखकाचे डोके दररोज काहीना काही कारणांनी

गरम होत असते– कधी लेख साभार परत आल्यामुळे, कधी घरमालक भाडे मागण्याकरिता दत्त म्हणून उभा राहिल्यामुळे; कधी घरातल्या पोरांनी सभोवताली सर्कस उभारल्यामुळे! असे गरम झालेले डोके त्याला चटकन थंड करता यावे म्हणून सार्वजनिक नळाची ही योजना साहित्यप्रेमी नगरपालिकेने केली आहे असे मात्र कृपा करून कोणी समजू नये! काल रात्री अस्मादिकांची स्वारी या खोलीत एक सुंदर प्रेमकथा वाचीत पडली होती. बाहेरच्या नळावर गल्लीतल्या बायका पाणी भरीत होत्या. आणि तार स्वरांत गुजगोष्टी करीत होत्या! मध्येच माझ्या कानांवर शब्द पडले– 'रात्री चिंगी म्हनली!' कुणातरी रंगीच्या तोंडून निघालेले ते शब्द ऐकताच हातातल्या प्रेमकथेच्या नायिकेवरले माझे लक्ष पार उडून गेले. ते त्या चिंगीभोवती पिंगा घालू लागले!

'चिंगी' या नावात 'रंभा' या नावासारखाच एक गोड अनुस्वार आहे! या नावातला 'च' हा व्याकरणाच्या दृष्टीने कठोर वर्ण असला, तरी 'चहा'तला 'च' असल्यामुळे तोही गोड आहे! पण रूढीमुळे चिंगी हे नाव मधुर अथवा कलामय मानायला आपले मन काही केल्या तयार होत नाही!

असे असूनही ते कानांवर पडताच मला आनंद झाला. खूप दिवसांनी एखाद्या जुन्यापुराण्या वास्तूचे दर्शन व्हावे नि तोही दिवा लागलेल्या स्थितीत! तसे काहीतरी वाटले मला!

माझ्या लहानपणी चिंगी काय, किंवा रंगी, ठकी, यमी, मथी इत्यादी पोरी काय, विपुल प्रमाणात भोवताली वावरत होत्या. त्याकाळी देवांची नावे पुरुषांना आणि देवींची अथवा नद्यांची नावे बायकांना ठेवणे, हे मोठ्या उच्च अभिरूचीचे लक्षण मानले जात असे. पुरुषांना नद किंवा धबधबे यांची नावे का दिली जात नाहीत, हे कोडे सोडविण्याचा माझ्या बालबुद्धीने कैक वेळा प्रयत्न केला होता. तशी पद्धत असती, तर माझ्या मित्रांत एखादा शोण, एखादा गिरसाप्पा सहज मिळाला असता. जगात नद्या पुष्कळ आहेत; नद त्या मानाने थोडे. म्हणून पुरुषांनी फक्त देवांचीच नावे आपापसात वाटून घेण्याचे ठरविले असावे. आजच्यासारखे संख्याशास्त्राचे बंड जुन्या काळी असते तर एखाद्या अभ्यासकाने 'हिंदु पुरुषांपैकी निम्म्यापेक्षा अधिक माणसांची नावे संध्येच्या चोवीस नावात सापडतात', अशा अर्थाचा पाचशे पन्नास पानांचा प्रबंध लिहून त्याच्यावर पीएच्. डी. मिळविली असती!

पण आमच्या पिढीबरोबरच विष्णुशंकरादी देवादिकांचे आणि गंगा-यमुनादी नद्यांचे माहात्म्य संपुष्टात आले. माझ्या मामेभावंडापैकी बरीचशी नावे वामन, शंकर, नारायण, आणि दुर्गा, वेणू, ठकू अशीच होती. मात्र माझ्याहून लहान असलेल्या काही भावंडांना वसंत, वत्सला अशा नव्या नावांचा लाभ होऊ लागला होता.

गेल्या पन्नास वर्षांत आपले खाणेपिणे, कपडलत्ते, दागदागिने, आवडी-निवडी इत्यादी बाबतीत विलक्षण परिवर्तन झाले आहे. या क्रांतीचे प्रतिबिंब माणसाच्या नावातही

पडले आहे. त्यामुळे 'चिंगी' हे इसवी सनापूर्वीचे नाव असावे, असे आजच्या तरुण पिढीला वाटले तर त्यात काही नवल नाही. वाङ्मय समाजात क्रांती घडवून आणते किंवा नाही, याविषयी पंडितांचे कितीही मतभेद असोत, एक गोष्ट सत्य आहे. ते निदान त्या समाजांतल्या माणसांच्या नावात क्रांती करते. म्हणजे वाङ्मयाचा, नावापुरता का होईना, क्रांतीशी संबंध आहे, हे कट्टर कलावाद्यांनाही कबूल करावे लागेल!

हातच्या कांकणाला आरसा कशाला हवा? आज विशी पंचविशीच्या पुढे व तिशीचाळीशीच्या आत असलेल्या तरुणतरुणींची नावे पाहावीत, त्यात अत्रे-फडक्यांच्या नाटके-कादंबऱ्यांतले अनेक नायक नायिका निश्चित आढळतील, 'ब्रह्मचारी' चित्रपट पडद्यावर आल्यानंतर ज्या ज्या घरी मी जाई तिथे तिथे पाळण्यात एक 'मीनाक्षी' हटकून आढळे! 'उल्का' या माझ्या मानसकन्येचे नाव कुणी आपल्या मुलीला ठेवील हे माझ्या स्वप्नांतही आले नव्हते! कारण अर्थाच्या दृष्टीने ते नाव तसे शुभ नाही; कानांच्या दृष्टीने तसे गोड नाही! आणि आपण तर अजून अष्टग्रहीच्या पूर्वी सहा महिने आणि ती होऊन गेल्यावर सहा महिने तिची काय काय फळे भोगावी लागतील, याबद्दल भयभीत मनाने विचार करीत असतो! असे असूनही 'उल्का' या नावाच्या मुली मला अलिकडे भेटू लागल्या आहेत. बहुधा या मुलींच्या वडिलांनी संस्कृतऐवजी फ्रेंच किंवा अशीच दुसरी कुठली तरी भाषा घेऊन मॅट्रिकचा महासागर पार केला असावा. त्यामुळे नाव ठेवण्यात अशी गफलत होत असेल!

गुर्जरांच्या कथा कादंबऱ्यातून गोडगोड बंगाली नावे प्रथमत: आमच्या परिचयाची झाली. लगेच समाजाने विष्णु, शंकर, हनुमंत इत्यादी बलाढ्य देवांची उचलबांगडी केली. त्यांच्या जागी अरुण, वसंत, मधुकर वगैरे संस्कृत काव्यातली लोकप्रिय मंडळी आरूढ झाली! पुरुषांच्या नावात ही क्रांती होताच, ठकू, ठमी, चिंगी, रंगी यांची हळदीकुंकवाच्या समारंभातून हाकलपट्टी होऊन प्रथम कमल, विमल वगैरे मंडळींनी व नंतर निरनिराळ्या नाटकातल्या आणि चित्रपटातल्या नटींनीं किंवा नायिकांनी त्यांची जागा घेतली!

नावातल्या नाविन्याचे हे वेड आता पराकोटीला जाऊन पोचले आहे. परवा एका गृहस्थाने आपल्या मुलाचे 'कमलनयन' असे नाव ठेवले. त्याच्या शेजारच्या गृहस्थाची बायको गरोदर होतीच! तिलाही मुलगा झाला. लगेच त्या गृहस्थांनी त्या मुलाचे नाव 'भुजगशयन' असे ठेवण्याचा विचार केला होता, असे मी ऐकले. या भीष्मप्रतिज्ञेपासून त्यांना परावृत्त करण्याकरिता त्यांच्या नातेवाईकांना फार श्रम पडले असावेत!

मला त्या 'भुजगशयना'ची तशी भीती वाटत नाही. मात्र त्याच्या बायकोबद्दल काळजी वाटते! लग्नात उखाणा घ्यायची पाळी आली, तर बिचारीची काय स्थिती होईल!

आजच्या स्त्रीपुरुषांची वेषभूषा आणि केषभूषा फुले आगरकरांच्या तर सोडाच, पण हरिभाऊ, गडकऱ्यांच्या तरी स्वप्नांत आली असेल का? नावाचेही तसेच आहे.

टेनिसन सांगूनच गेला आहे– 'The old order changeth yielding place to new one. God fulfils himself in many ways!'

आज कालच्या सारे पुढे! म्हणून नव्या नावाबद्दल माझी काही तक्रार नाही. मात्र 'भुजगशयना' सारखे उमेदवार जर या निवडणूकीला उभे राहिले, तर मी त्यांना मत देणार नाही! असले नाव केवळ शाळेच्या हजेरीपटांत नि खरेदीविक्रीच्या कागदपत्रांत नमूद होऊन राहील, हे उघड आहे.

मला नवी नावे आवडत असली तरी जुनी चांगली नावेही प्रचारात राहावीत, असे फारफार वाटते. 'सरस्वती' सारखे आपल्या संस्कृतीशी निकटचा संबंध असलेले नाव चालू जमान्यात कुणी आपल्या मुलीला ठेवील काय, याबद्दल मी साशंक आहे. एखाद्याने ठेवलेच तर ती मुलगी शाळेत 'सरू! सरू' या संबोधनाने संत्रस्त होईल आणि आपल्या मैत्रिणीची नाजुकसाजुक नावे पाहून 'बी' कवीच्या 'माझी कन्या' या कवितेतल्या स्त्रीप्रमाणे रडत घरी येईल! मग तिच्या वडिलांना ती सासरी जाण्याच्या आधी अनेक वर्षे तिचे नाव बदलावं लागेल!

'चिंगी' या नावाभोवती रात्रीपासूनच माझे मन फिरत राहिले आहे, त्याचे कारण हेच आहे. हे नाव काही दिवसांनी नामशेष होईल तसे झाले म्हणून काही बिघडणार नाही. पण नव्या नावांच्या लाटात सारीच जुनी नावे अशी वाहून जाणार असतील तर? वर्डस्वर्थच्या 'The child is the father of man' या उक्तीचा आपण वारंवार उच्चार करतो; पण भविष्याच्या वृक्षाची पाळेमुळे भूतकाळात रूजलेली असतात, हे सत्य मात्र दैनंदिन व्यवहारात आपण सोयीस्करपणे विसरतो. रात्री चिंगी काय म्हणाली किंवा ती जे काही म्हणाली ते रात्रीच का म्हणाली याविषयी फारशी जिज्ञासा निर्माण झाली नाही. माझ्यातला सुप्त मास्तर 'म्हनली' हे क्रियापद शुद्ध करायला अस्तन्या वर करून सरसावला नाही! माझे मन घुटमळत राहिले ते 'चिंगी' या नावाभोवती. पेशवाईच्याच काय पण त्याच्याही पूर्वीच्या काळाशी माझे जे नाते आहे ते सांगणाऱ्या या नावाभोवती! ते नाव जर उद्या समाजातून नष्ट झाले तर एकविसाव्या शतकातला एखादा संशोधक दिवाकरांच्या नाट्यछटेतील 'चिंगी' ही चिनी मुलगी असून बांडुंग परिषदेनंतर ही नाट्यछटा लिहिली गेली असावी, असे लोकांना सांगू लागेल!

मात्र नवनव्या नावांच्या लोंढ्यापुढे या जुन्यापुराण्या चिंगीचा निभाव कसा लागायचा हा प्रश्न आहे. जिथे 'बाबा'चा 'पपा' नि 'आई'ची 'मम्मी' झाली आहे, तिथे 'चिंगी'चे काय होईल याचे भविष्य कुणी सांगावे? भारतीय संस्कृतीच्या संरक्षकांनी कृपा करून या बाबतीत लक्ष घालावे, एवढे मी नम्रतेने सुचवितो आणि ही न पाहिलेली चिंगी शतायुषी होवो, असे मनःपूर्वक इच्छितो!

आलमगीर (दिवाळी, १९६४)   ■

स्वप्ने

उकाड्याचा विसर पडावा म्हणून नुकताच आलेला दैनिकाचा अंक मी हाती घेतला. अधाशीपणानं तो उघडला. पहिल्या पानावरल्या राजकीय बातम्या नाक मुरडीत कशाबशा मी वाचल्या. चावून चोथा झालेल्या गोष्टी होत्या त्या! काहीतरी विचित्र, अद्भुत, भयानक सनसनाटी वाचायला मिळावं अशी माझी इच्छा होती. दैनिकाच्या दुसऱ्या-तिसऱ्या पानावर तरी ती तृप्त होईल या आशेनं मी पहिले पान उलटले. माझी मंद दृष्टी इकडे-तिकडे फिरवली. पण त्या पानांवर शब्द कुठेच आढळेनात! जिथे शब्दांचाच पत्ता नव्हता तिथे रोमांचकारक बातम्या कुठून मिळणार? मी पुन्हा पान उलटले. पुढील पानरवरही जिकडे तिकडे आकडेच आकडे पसरले होते!

मी मनात गडबडून गेलो. कालपर्यंत शब्द कसेबसे दिसत होते. आपल्याला कष्टाने का होईना, ते वाचता येत होते, आज तेही दिसेनासे झाले की काय, या कल्पनेने माझे धाबे दणाणले. दृष्टी अगदी अंधुक झाल्यामुळे समोरचे शब्द आपल्याला बारीक आकड्यासारखे भासत आहेत, असे मनात येऊन मी भयभीत झालो. क्षणभर डोळ्यापुढे काळोख पसरला. दहा वर्षापूर्वी मोतीबिंदूमुळे दृष्टी मंद मंद होऊ लागली, तेव्हापासून अंधत्वाचा आपण हसतमुखाने स्वीकार केला पाहिजे असे मी माझ्या मनाला पढवीत होतो. धृतराष्ट्र, मिल्टन, सूरदास, भिडेशास्त्री वगैरेंची त्याला वारंवार आठवण करून देत होतो. पण हे सारे उसने बळ समोरची बारीक बारीक टिंबे पाहून कुठे बेपत्ता झाले कुणाला ठाऊक! आपण लवकरच ठार आंधळे होणार या शंकेने माझा सारा धीर खचला.

मात्र काही क्षणातच मी समाधानाचा सुस्कारा सोडला. आज एस्. एस्. सी. चा निकाल होता हे आठवताच माझा जीव भांड्यात पडला. समोरच्या पानावरले आकडे हे यशस्वी विद्यार्थ्यांचे अनुक्रमांक असावेत, या विचाराने माझ्या जीवात जीव आला.

पण त्या आकड्यात वाचायचे काय? घटकाभर स्वत:चा विसर पडेल असे काही तरी खमंग, चुरचुरीत मला वाचायला हवे होते. पण आकड्यांच्या त्या

महापुरात साऱ्या बातम्या पार वाहून गेल्या होत्या!

काही तरी चाळा हवा म्हणून त्या आकड्यावरून मी नजर फिरवू लागलो. समोर मुंग्यांच्या रांगाच रांगा पसरल्या आहेत असा भास मला झाला. वृत्तपत्र अगदी डोळ्याजवळ आणले तेव्हा कुठे मला ते आकडे स्पष्ट दिसू लागले– ३४०८८, ६४२७३, ७१६९७– एस्. एस्. सीला दीड लाखावर विद्यार्थी बसले होते. त्यातल्या बावन्न टक्क्यांनी पोहून पैलतीर गाठला होता. मग पानेच्या पाने मुंग्यासारख्या दिसणाऱ्या या आकड्यांच्या रांगांनी भरून गेली असली तर त्यात नवल कसले?

त्या आकड्यांकडे पाहता पाहता मर्ढेकरांची ओळ मला आठवली– 'ही एक मुंगी, ती एक मुंगी!' एरवीच्या मुंग्या अशा रांगानी जातात, तेव्हा त्याना काहीतरी घबाड सापडलेले असते! साखरेची गोणी, तांदळाचे पोते, निदान लाडवांचा डबा! पण या मानवी मुंग्याना यौवनाच्या उंबरठ्यावर उभ्या असलेल्या या मुलामुलींना, आपले चिमणे पंख हलवीत आकाशाशी गुजगोष्टी करायला निघालेल्या या पाखरांना– काय मिळणार आहे? आजची भयानक महागाई, वाढती बेकारी, विशी पंचविशीत येणारे विचित्र वैफल्य सारे सारे क्षणार्धात डोळ्यापुढं उभं राहिले! समोरच्या पानावर पसरलेल्या त्या मोठमोठ्या आकड्यासाठी मन हुरहुरू लागले. त्यांच्याकडे मला पाहवेना. मी हातातले वृत्तपत्र दूर फेकून खिन्न मनाने विचार करू लागलो.

विचारांच्या तंद्रीत कालचक्र उलटे फिरू लागले. हां हां म्हणता पंचावन्न पावसाळे मागे पडले. मी मॅट्रिकच्या वर्गातला विद्यार्थी झालो. बेळगाव केंद्राला परीक्षेला बसलो होतो मी. पेपर बरे गेले होते. परीक्षेच्या निकालापर्यंत शहापूरला माझ्या एका मामांच्याकडे मी राहिलो होतो. संध्याकाळी मी फिरायला बाहेर पडे. शहापूरहून बेळगावकडे जाण्याच्या रस्त्यावर कपिलेश्वराचे देऊळ लागते. त्या लहान वयातसुद्धा देवळातल्या दगडी देवावर माझा फारसा विश्वास नव्हता! पण माझी पावले नकळत त्या देवळाकडे वळत. मी देवाला प्रदक्षिणा घालीत असे. हात जोडून त्याला नमस्कारही करी. मात्र तोंडाने त्याच्याकडे काही मागत नसे. मी मनात म्हणे, 'देवाला तर सारेसारे कळते. मग आपल्या मनात काय आहे हे त्याला सांगायला कशाला हवे?'

निकालापूर्वीचे ते अकारण अस्वस्थ दिवस माझ्या डोळ्यापुढं उभे राहिले. निकाल जवळ आला म्हणून एखादेवेळी छातीत अकारण धडधड होई. मात्र दुसऱ्याच क्षणी अनेक स्वप्नें फुलपाखरांसारखी मनात भिरभिरू लागत. कदाचित् आपला नंबर खूप वर येईल, आपल्याला एखादी शिष्यवृत्ती मिळेल. ती मिळाली तर कॉलेजात जायची संधीही!

पुढे आपण संस्कृतचे नाही तर इंग्रजीचे प्रोफेसर होऊ, जाडजूड पुस्तके लिहू, विद्वत्तापूर्ण व्याख्याने ठोकूही. हे स्वप्न विरले म्हणजे वाटे, आपला नंबर वर आला नाही

तर? लगेच दुसऱ्या स्वप्नाचा चित्रपट सुरू होई. आपल्याला कॉलेजात जायला मिळाले नाही म्हणून असे काय मोठे बिघडणार आहे? जगात साऱ्यांनाच काही टांगे बग्या किंवा मेणे बसायला मिळत नाहीत? पायी चालणारेच पुष्कळ असतात. त्यातले आपण एक! आपण खात्रीने पास होऊ. नातेवाइकांनी आपल्याला पोस्टात चिकटवून द्यायचे ठरविलेच आहे. पोस्टातली नोकरी वाईट असते असे थोडेच आहे? गतवर्षी कागलला दुसऱ्या मामांच्याकडे असताना त्यांच्याजागी बसून कार्डे-पाकिटे आपण विकलीच आहेत की! आपण प्रोफेसराऐवजी पोस्टमास्तर झालो, तरी आज ना उद्या आपण नाटके लिहिणार हे निश्चित आहे. देवल-खाडिलकरांच्या सांगलीत आपला जन्म झाला आहे. तेव्हा साधारण बरी नाटके आपण खास लिहू शकू. पोस्टाची नोकरी पाहिल्या पहिल्यांदा लहान गावी असते. तिथे आपल्याला लिहायला पुष्कळ वेळ मिळेल. बस्स! ठरलं! उद्या अनिरुद्धाची प्रेमकथाच आपण प्रथम हाती घ्यायची, त्या नाटकाचे नावसुद्धा आपण ठरवून ठेवले आहे– 'स्वप्न-संगम'.

पंचावन्न वर्षापूर्वीच्या माझ्या या स्वप्नातले एक अक्षरही खरे झाले नाही! मी इंग्रजीचा किंवा संस्कृतचा प्राध्यापक झालो नाही. नाटककारही झालो नाही! पण त्या स्वप्नांनी त्यावेळी मला केवढा धीर दिला होता. भावी जीवनाविषयी माझ्या मनात केवढा उत्साह निर्माण केला होता.

दूर फेकून दिलेला दैनिकाचा अंक हळुवार हाताने मी उचलला. त्यातल्या विद्यार्थ्यांच्या अनुक्रमांकावरून मी आपुलकीने दृष्टी फिरवू लागलो.

छे! मुंग्यासारखे दिसणारे ते आकडे आता आकडे राहिले नव्हते! शून्यांतून सृष्टी निर्माण व्हावी त्याप्रमाणे त्या आकड्यांतून तरुण मुलामुलींचे कितीतरी चेहरे– काळे-गोरे, सुरूप-कुरूप, हसरे-गंभीर प्रगट होऊ लागले, मुकेपणाने माझ्याशी बोलू लागले.

५७४०३-७५२३१-३८७५९-१४१५२-

छे! यांना आकडे कोण म्हणेल? हिरव्यागार पानाआडून डोकावून पाहणाऱ्या या अर्धस्फुट कळ्या होत्या ह्या. विद्वत्तेची, वैभवाची, देशभक्तीची, समाजसेवेची कौटुंबिक कर्तव्यांची आणि अशाच प्रकारची कितीतरी सोनेरी स्वप्नं उराशी बाळगून अज्ञात भविष्याचा शोध घ्यायला निघालेले हे सारे छोटे कोलंबस होते.

२३१५२! हा काय पाच आकड्यांचा अनुक्रमांक आहे? अंहं! या आकड्यामागून एक उंच, कृश, मध्यमगौर मुलीचा हसरा चेहरा माझ्याकडे टक लावून पाहात आहे. तिचे ते काळेभोर मोठे डोळे! या डोळ्यांनी जगातले सारे सौंदर्य, सारा आनंद पिऊन टाकायला ती किती आतुर झाली आहे! हे डोळे मला म्हणताहेत 'मी कविता करते हे तुम्हाला ठाऊक आहे का? मात्र माझं हे गुपित इतक्यात कुणाला सांगायचं नाही हं! माझ्या गळ्याची शपथ तुम्हाला. मी मोठ्ठी कवियित्री होणार आहे. इंदिरा

संतांच्याहूनही मोठी!'

हा दुसऱ्या केंद्रातला एक अनुक्रमांक- किती आहे बरे तो! छे नीट दिसत नाही! न दिसेना. या आकड्याशी आपल्याला काय करायचंय्? धुके विरळ झाले म्हणजे पलिकडचे सुंदर दृश्य स्पष्ट दिसू लागते. या आकड्यांमागून हळूहळू साकार होत जाणारी ही मूर्ती– हा तर एक मुलगा आहे– काळा सावळा– चेहराही थोडा निबर– पण त्याच्या मुद्रेवरले हे स्मित काळ्या ढगातून पुन:पुन्हा चमकणाऱ्या विजेसारखे! हे पहा त्याचे ओठ हलू लागले. माझ्या कानावर शब्द पडू लागले, 'आईनं मोलमजुरी करून मला शिकवलं. मी सत्तर टक्के गुण मिळवून पास झालो. आईनं हे ऐकलं तेव्हा ती भाकरी खात होती. आनंदानं तिच्या तोंडातला घास घशाखाली उतरेना! आता मी खूप खूप शिकणार. चांगली नोकरी मिळवून म्हातारपणी आईला सुखात ठेवणार!'

हा हा म्हणता अनेक आकडे पुढे सरसावले. आपल्या अंतरीचे हितगुज मला सांगू लागले. अनंत इच्छा, असंख्य आशा, अगणित स्वप्ने यांचे केवढे विशाल आणि सुंदर संमेलन होते ते. 'I have a dream' असे म्हणणाऱ्या मानवतावादी मार्टिन ल्यूथर किंगप्रमाणे प्रत्येक आकड्यामागे उभ्या असलेल्या तरुण मनाने एकेक स्वप्न किती नाजुकपणे उराशी धरले होते! सुवासिनीने पदराखाली सांजवातीचे निरांजन घ्यावे तसे! मार्टिन ल्युथर किंगसारखे महात्मे विश्वव्यापी विशाल स्वप्ने पाहतात. त्यांच्या स्वप्नांना गरुडाचे पंख असतात. आकड्यामागून भिरभिरणाऱ्या डोळ्यांनी भविष्याकडे पाहणाऱ्या या चिमण्या जीवांची स्वप्ने त्यामानाने फार लहान असतील. पण त्या स्वप्नांची आणि त्या स्वप्नांची जातकुळी एकच आहे. या चिमुकल्या स्वप्नांना फुलपाखरांचे पंख असतात. या पंखाचे रंग किती नाजुक, किती सुंदर, किती विविध! संध्यारंगानी भरलेल्या पश्चिमेच्या प्याल्यात इंद्रधनुष्याचा कुंचला बुडवून नक्षत्रांचा जरतारी शालू नेसलेली रजनीच जणू हे पंख रंगवीत असते.

स्वप्ने लहान असोत वा मोठी असोत ती वास्तवाच्या क्षुद्र, कुरुप आणि नीरस जगातून आपल्याला एका भव्य आर्त, रमणीय जगात क्षणभर का होईना, घेऊन जातात. स्वप्नांचे मोठेपण त्यांच्या ह्या दिव्य शक्तीत आहे. उषेने स्वप्नात अनिरुद्धाला पाहिले. ती त्याच्या प्रेमात पडली. त्याचा तिने ध्यास घेतला. हरिश्चंद्राने स्वप्नात विश्वामित्राला राज्य दानाचे वचन दिले. ते खरे करण्याकरिता जागेपणी अठराविश्वे दारिद्र्य स्वीकारले. पहिली एक नाजुक प्रणयकथा तर दुसरी एक उदात्त करुण कथा, पण दोन्ही कथा अमर आहेत. कारण दोन्हीही खऱ्याखुऱ्या स्वप्नकथा आहेत.

समोरच्या पानातल्या आकड्यांनी अशा स्वप्नकथा मला ऐकवल्या. दैनिकाचा तो अंक मी प्रथम हाती घेतला तेव्हा त्या आकड्यांच्या रांगा पाहून चटकदार बातम्या वाचायला चटावलेल्या माझ्या मनाने तो दूर फेकला होता! ते कृत्य किती अरसिकपणाचे

होते! ते आकडे मुंग्यांच्या रांगासारखे दिसत होते हे खरे; पण या मानवी मुंग्या होत्या– अशा मुंग्या की ज्यांना सुंदर स्वप्ने पडतात आणि ज्या त्या स्वप्नावरच जगतात. या विराट विश्वाच्या अफाट पसाऱ्यात मनुष्य प्राणी मुंगीसारखा आहे हे कोण अमान्य करील? पण या मुंगीचे मोठेपण एकाच गोष्टीत आहे– विश्वाला गवसणी घालणारी स्वप्ने ती पाहू शकते, इतकेच नव्हे तर त्यातली अनेक साकार करू शकते!

आलमगीर (दिवाळी, १९६८)   ■

न्याय

तो प्रश्न वाचून मी चमकलो. वृत्तपत्रातला ठळक अक्षराचा मथळा होता तो–
'हा काय न्याय झाला?'

तसे काही विशेष नव्हते या शब्दात. त्यातून प्रगट झालेली आर्त अगतिकता
मानवाच्या जन्मकाळापासून त्याची सहप्रवासिनी झाली आहे. आणि कुणी सांगावे,
मानवजातीच्या अंतापर्यंत ती मनुष्याची नको असलेली मैत्रीण म्हणून या जगात
राहील! 'जगा तुझी सारी तऱ्हा सदा उफराटी' अशा धारदार शब्दांनी कवी मंडळी
ही भावना व्यक्त करतात. आपल्यासारख्या सामान्यांना असे चपखल शब्द चटकन्
सुचत नाहीत. तरीसुद्धा 'जगात न्याय नाही हेच खरं!' 'हा काय न्याय झाला?' अशा
अर्थाच्या उद्गारांनी सामान्य माणूस आपले दु:ख नेहमी वेशीवर टांगत असतो.

परंतु मी वाचलेले शब्द कुणा सामान्याच्या तोंडून निघाले नव्हते. रडगाणे
दुबळ्यांच्या तोंडी शोभते. पण हा प्रश्न करणारा मनुष्य पराक्रमी होता. या जगात
न्याय नाही असे लुंग्यासुंग्यांनी, दुबळ्या-पांगळ्यांनी, वित्तहीनांनी आणि शक्तिशून्यांनी
म्हटले तर त्यात अस्वाभाविक असे काही वाटत नाही. कत्तलखान्याकडे नेली
जाणारी मेंढरे मधूनमधून बँ बँ असे करुण चीत्कार करीत असतात. त्यातलाच हा
प्रकार आहे अशी आपण समजूत करून घेतो. पण वनराज म्हणून सर्वपरिचित
असलेल्या सिंहाच्या मुखातून किंकाळी ऐकण्याची आपल्या मनाची तयारी नसते.

या भ्रामक समजुतीमुळेच ठळक अक्षरातल्या त्या मथळ्याने माझे मन वेधून
घेतले. तो उद्गार होता एका जगप्रसिद्ध व्यक्तीचा– गॅरी सोबर्सचा. इतिहासात
लोकविलक्षण पराक्रम गाजविणाऱ्या पुरुषांची नावे जनतेच्या जिभेवर जशी नाचत
असतात, तशीच कला, क्रीडा, साहित्य इत्यादी क्षेत्रांत अपूर्व बहादुरी दाखविणाऱ्या
व्यक्तींनाही तिच्या मनीमानसी मानाचे स्थान मिळते. क्रिकेटचे मैदान हे तर दुसरे रण-
मैदानच असते, आणि युद्धाच्या कथा– मग ते युद्ध नवराबायकोचे असो, अथवा
दोन राष्ट्रांतले असो– सर्वांनाच आकृष्ट करतात. देशातल्या पंडितांची नावे ठाऊक

नसलेल्या मनुष्यालाही ब्रॅडमन, नायडू, सोबर्स ही मंडळी अगदी जवळची वाटतात, याचे कारण हेच आहे. म्हणूनच सोबर्सच्या तोंडून निघालेला तो अगतिक उद्‌गार वाचून मी क्षणभर अस्वस्थ झालो. निर्दय नियती मोठमोठ्या सम्राटांनाही आपल्यापुढे मस्तक वाकवायला लावते असा विचार मनात येऊन मोठा विषाद वाटला. कॉलेजात वाचलेली एका इंग्रजी कवीची "Death the leveller" ही कविता आठवली. "मृत्यूच्या राज्यात सारे सारखेच" हे त्या कवितेचे पालुपद आहे. मृत्यूचीच गोष्ट कशाला हवी? या जगात पराभवही या ना त्या रूपाने प्रत्येकाच्या वाट्याला येतोच येतो. हा मोठा, हा लहान असा भेद पराभवापाशी नाही! श्रीकृष्णाच्या निर्वाणानंतर यादव स्त्रियांना घेऊन हस्तिनापुराला चाललेल्या अजिंक्य अर्जुनाला रानटी टोळ्यांनी सळो का पळो करून सोडले, असा एक प्रसंग महाभारतात आहे. मूळ कथेच्या दृष्टीने तो अगदी दुय्यम आहे. पण मानवी जीवनाचे मर्म जाणण्याची दृष्टी द्रौपदी-वस्त्रहरण किंवा भारतीय युद्ध यांच्यापेक्षा या प्रसंगाच्या अंगी अधिक आहे.

यंदा सोबर्सचाही असाच अर्जुन झाला! त्याचा वेस्टइंडिज संघ इंग्लंडच्या दौऱ्यावर गेला होता. तो तीन कसोटी सामने लढला. त्यातला एकही सोबर्स जिंकू शकला नाही. तिसऱ्या सामन्यात जवळजवळ कडेपर्यंत सोबर्सच्या संघाचा वरचष्मा होता. आपण सामना सहज जिंकू असे वेस्ट इंडिजला वाटण्याजोगी स्थिती होती. महावीर सोबर्स अजून खेळायला यायचा होता. पण त्या दिवशी नियतीला त्याचा विजय मंजूर नव्हता. पाच-पन्नास धावा हा ज्याच्या तळहाताचा मळ असा सोबर्स शून्यावर बाद झाला! सारे पारडे फिरले. तो सामना आणि कसोटी मालिका इंग्लंडने जिंकली. त्या पराभवाच्या क्षणी 'एकसुद्धा सामना आम्ही जिंकू नये, हा काय न्याय झाला?' असे उद्‌गार सोबर्सच्या तोंडून निघाले.

दैव आणि मनुष्य यांचा हा संघर्ष सनातन आहे. पुराणात, इतिहासात, तुमच्या-आमच्या लहान-मोठ्या जीवनात या नाट्यपूर्ण संग्रामाचे अस्तित्व पावलोपावली जाणवत राहते. कर्ण मोठ्या अभिमानाने म्हणून गेला, 'सारथ्याच्या घरी मी जन्माला आलो हा माझा दैवयोग. पण पराक्रम दैवावर अवलंबून नसतो, तो माणसाच्या अस्मितेचा विलास आहे. माझा पराक्रम मी रणांगणावर अर्जुनाला दाखवीन.' ही केवळ बढाई नव्हती. कर्ण त्या काळातला एक अग्रगण्य धनुर्धर होता. अर्जुनाने मनात भ्यावे, श्रीकृष्णाने स्वत:चीच काळजी करावी, असे त्याचे शौर्य होते. पण दैव एखाद्या पारध्याप्रमाणे त्याचा पाठलाग करीत युद्धभूमीवर आले. ऐन मोक्याच्या क्षणी त्याच्या रथाचे चाक दलदलीत रुतून बसले आणि ते वर काढीत असताना त्याचा वध व्हावा, याला दुर्दैवाशिवाय दुसरे कोणते नाव देता येईल?

दैव व पुरुषार्थ याची ही लढत कधी काळी निकालात निघेल हे संभवत नाही.

कारण दैव, मग त्याचे स्वरूप सुदैवाचे असो वा दुर्दैवाचे असो; मानवी जीवनात पाऊलापाऊलाला नवे रूप धारण करून येते. आईबाप, भाऊबहीण, बायकामुले, स्नेही, सोबती एवढ्या आपल्याशी प्रत्यक्ष संबंध येणाऱ्या माणसांपुरतेच पाहू या. ती कोणत्या स्वभावाची असावीत, कोणत्या गुणांनी युक्त असावीत, हे काही सृष्टीचक्राचा नियंता– तसा कुणी असला तर– आपल्याला विचारून ठरवीत नाही. दारुड्या बापाच्या पोटी जन्म घेणाऱ्या मुलाने कोणता अपराध केलेला असतो? पण त्या बापाच्या व्यसनाने कुटुंबाला आलेल्या दुर्दशेची कटू फळे त्या अश्राप पोराला चाखावीच लागतात! स्वच्छतेच्या बाबतीत मनुष्य गांधीजींच्या इतका दक्ष असला तरी गावात सुरू झालेल्या साथीचा तो बळी होणार नाही. याचा काय नेम आहे? रस्त्याने आपण आपली गाडी कितीही व्यवस्थित चालवीत असलो तरी समोरून पिसाळलेल्या कुत्र्याप्रमाणे येणारा ट्रक आपल्यावर आदळणार नाही याची ग्वाही कुणी द्यावी?

याचा अर्थ दैव म्हणून आपण जी अज्ञात शक्ती मानतो, तीच या जगातील बलवत्तर शक्ती आहे, असे मुळीच नाही. आपल्या देशात या अदृश्य शक्तीपुढे लोटांगणे घालण्याची परंपरा दीर्घकाळ चालत आली आहे. पण दैवाचे अस्तित्व मान्य करूनही या जगात माणसाच्या पराक्रमाला पुष्कळ अवसर शिल्लक राहतो. चंद्रविजयाला निघालेली माणसे पंचांगातला मुहूर्त पाहून नव्हे तर त्या अद्भुतरम्य प्रवासाला आवश्यक असलेली सर्व प्रकारची ज्ञान-विज्ञानाची, उपकरणांची आणि साहसी वृत्तीची पूर्वतयारी करूनच घराबाहेर पडली होती. ही तपस्या ज्यांना जमत नाही, तेच दैवाच्या नावाची जपमाळ ओढीत बसतात.

मात्र अशा तपस्येलाही जीवनात अनेकदा पराभूत व्हावे लागते, हे खरे आहे. अशा पराजयाच्या क्षणी मानवी मन दुबळे बनते. मग 'हा काय न्याय झाला?' असे उद्‌गार मनुष्याच्या तोंडून निघतात. पण अशा वेळी एक गोष्ट आपण नेमकी विसरतो– पराभव ही विजयाच्या नाण्याची दुसरी बाजू आहे. तो मानवी जीवनाचाच एक अंगभूत भाग आहे. नाटकात खलपुरुष नसला तर नायक-नायिकांचे मीलन हे प्रथमदर्शनी, अगदी पहिल्या प्रवेशातच होऊन जाईल. त्या नाटकात झगडा, संघर्ष, धडपड असे काही उरणारच नाही. नाटक रंगायला हवे तर त्यात सगळीच माणसे सज्जन असून चालत नाही. कैकयीने वर मागितले नसते तर एवढे मोठे रामायण घडलेच नसते! दुर्दैव हा मानवी जीवनाचा म्हणूनच एक आवश्यक घटक आहे. न्याय-अन्याय हे शब्द त्याच्या कोशात नसतात. जीवननाट्य रंगले की या कलिपुरुषाचे काम संपले. नायक-नायिकांना न्याय मिळतो की नाही, याच्याशी त्याला काही कर्तव्य नसते.

हे सारे कळत असल्यामुळेच क्रूर, आंधळ्या नियतीपुढे मान वाकवायला मनस्वी माणसे तयार होत नाहीत. मात्र जो न्याय त्यांना दैव देत नाही तो द्यायला

माणूस नेहमीच एका पायावर तयार असतो. काव्यातला न्याय (Poetic Justice) जगप्रसिद्धच आहे. 'तत् त्वम् असि' या तत्त्वज्ञानाचा उगम मानवी मनाच्या न्यायप्रियतेतच आहे. किंबहुना सारे मानवी नीतिशास्त्रच निसर्गाच्या आणि नियतीच्या अंध, निष्ठूर क्रीडेला आळा घालण्याकरिता जन्माला आले आहे. यंदा सोबर्सने इंग्लंडमध्ये एकही कसोटी सामना जिंकला नसेल, तरीसुद्धा क्रिकेटच्या अनिभिषिक्त सम्राटांच्या पंक्तीतले त्याचे स्थान सदैव कायमच राहील. त्याचा पराभव करणारे चमूसुद्धा या बाबतीत एक शब्दानेही खळखळ करणार नाही.

आलमगीर (दिवाळी, १९६९) ■

अजून येतो वास फुलांना

दारावरली घंटा वाजली. मी बाहेर आलो.

अलीकडे मला दिसतं फार कमी, हे वैगुण्य लपवावं आणि जाताजाता गृहस्थधर्म पाळावा म्हणून कुणी घंटा वाजवली की मी दार उघडतो. 'या बसा' म्हणून त्याचं स्वागत करतो. कुणाही चोरानं या गोष्टीचा अद्यापी फायदा उठविलेला नाही, हे माझं नशीब. चालू युग हे बहुधा कलियुग नसावं.

बाहेरले वृद्ध गृहस्थ आत येऊन खुर्चीत बसले. मी डोळे ताणून त्यांच्याकडे पाहिलं. पण ओळख पटेना. या अडचणीतून त्यानीच माझी सुटका केली. ते म्हणाले, 'ओळख विसरलास वाटतं भाऊ माझी?'

आवाज ओळखीचा वाटला. पण ही ओळख पूर्वजन्मीची की या जन्मीची हे लक्षात येईना! मी म्हणालो, 'नीट दिसत नाही हल्ली मला.'

एक दीर्घ सुस्कारा सोडीत ते उद्‌गारले, 'खरं आहे बाबा, म्हातारपण म्हणजे कुतरपण!'

त्यांनी ही म्हण कुठून शोधून काढली होती कुणाला ठाऊक! पण या उद्‌गारात जगातल्या साऱ्या किरकिऱ्या म्हाताऱ्यांचा कडवटपणाचा अर्क उतरला आहे, असं मला वाटलं. त्यांचे ते शब्द ऐकून माझ्या डोळ्यापुढं चित्र उभं राहिलं ते गल्लीतल्या बेवारशी म्हाताऱ्या कुत्र्याचं– उन्हाच्या वेळी कुणाच्यातरी घराच्या सावलीचा आसरा शोधणारं, मध्यान्हकाळी कुठल्यातरी दारात शेपटी हलवीत उभं राहणारं, उडाणटप्पू पोरांनी मारलेल्या दगडांनी व्याकूळ होऊन केकाटत जाणारं!

समोरच्या म्हाताऱ्याचं दुःख काय असावं याचा मला तर्क करता येईना. इतक्यात माझ्या स्मृतीचं आतापर्यंत बंद असलेलं एक दार खाडकन् उघडलं. आतून प्रतिध्वनी आला– 'सदाशिव सोनटक्के'. १९१५-१६ साली कॉलेजात असताना आम्ही दोघांनी बरोबरीनं कितीतरी नाटकं पाहिली होती. गडकऱ्यांचा हा मोठा भक्त. 'पुण्यप्रभावा'तलं याचं ते पेटंट वाक्य– 'गजान्तलक्ष्मीच्या राजवैभवात मिरवणूक

काढण्यासाठी आणलेल्या हत्तीच्या मढ्यावर हस्तिदंती सामानाचं दुकान काढण्याचा प्रसंग आला तर त्यात समाधान कोण मानील?'

सोनटक्के पदवीधर होऊन अफ्रिकेत गेला. तिथं त्यानं खोऱ्यानं पैसा ओढला. परत येऊन कलकत्त्यात बस्तान बसवलं, असं काहीतरी मधे मी ऐकलं होतं. पण तो असा अचानक दत्त म्हणून माझ्यापुढं उभा राहील, हे माझ्या ध्यानीमनीही नव्हतं. जुन्या आठवणीनं सुगंधित झालेल्या स्वरानं मी म्हणालो, 'सदाशिव, किती किती वर्षांनी भेटतोय् रे आपण!' हे शब्द ऐकताच त्याचे डोळे पाण्यानं डबडबले. खुर्ची पुढं सरकावीत आपला थरथरता हात माझ्या खांद्यावर ठेवीत तो म्हणाला, 'अरे बाबा, या जगात म्हाताऱ्याइतकं पोरकं दुसरं कुणी नाही. मुलगा, सून, जग, कुण्णी कुण्णी त्याला धूप घालीत नाही! एकेकदा मनात येतं, असलं हे मरतुकडं जिणं जगण्यापेक्षा जीव दिलेला काय वाईट?'

या गृहस्थाला काय झालंय् ते मला कळेना. आफ्रिकेत मिळविलेली गडगंज संपत्ती कुठल्या सट्ट्याबिट्ट्यात यानं घालविली नाही ना? पैसा हा जसा हरणाच्या चालीनं येतो, तसा वाऱ्याच्या पाऊलांनी निघूनही जातो. त्याला नेहमीच बारा वाटा मोकळ्या असतात.

'श्रीराम श्रीराम' असं पुटपुटत सदाशिवानं पुन्हा सुस्कारा सोडला. एक आवंढा गिळून तो बोलू लागला, गडकरी मास्तरांचं ते वाक्य अगदी खरं आहे बाबा! "जगण्यासारखं काही जवळ आहे तोपर्यंत मरण्यात मौज आहे." तुलासुद्धा असंच वाटत असेल, नाही! दृष्टी नाही म्हणजे सृष्टी नाही. मी मघाशी म्हटलं तेच खरं. म्हातारपण म्हणजे कुतरपण! तुला ती माटेकराची मिसळ आठवते का रे? तीनतीन बशा चापायचो मी. आजसुद्धा तसली मिसळ खावीशी वाटते. पण खाल्ली की पोट बिघडतं. मग सूनबाईच्या शिव्या खाव्या लागतात! संध्याकाळी चहा घ्यावासा वाटतो. पण तो घेतला की रात्री झोप येत नाही. छे! कशातही गोडी राहिली नाही आता!

मी हळूहळू त्याच्या मधल्या आयुष्याची हकीगत त्याच्याकडून काढून घेतली. तो कलकत्त्याला रहात होता. बंगला, जमीनजुमला, पैसाअडका, सारं सारं काही यथास्थित होतं. पण दहा वर्षांपूर्वी त्याची बायको एका अपघातात मृत्यू पावली. थोरल्या मुलीनं त्याच्या इच्छेविरुद्ध परजातीत लग्न केलं. मुलगा आपल्या बायकोच्या अगदी मुठीत आहे. सूनबाई लहानपणी घोड्यावर बसायला शिकल्या होत्या म्हणे! आता संसारातही त्या नेहमी घोड्यावर असतात! त्याच्या धाकट्या जावयांची पणजीला नोकरी आहे. मुलगा आजारी असल्याची त्यांची तार आल्यामुळं हा तिकडे जायला निघाला. मी कोल्हापुरास असतो याची त्यास मधेच आठवण झाली, वगैरे वगैरे.

तो पुढं जाणार असल्यामुळं मी लगबगीनं त्याच्या चहा-पाण्याची व्यवस्था केली.

चहा घेता घेता कॉलेजमधल्या दिवसांच्या गोड आठवणींची उजळणी करू लागलो. परंतु त्याचं रडगाणं थांबेना! त्या गाण्याचं पालुपद एकच होतं– 'म्हातारपण म्हणजे कुतरपण! फार फार वाईट दिवस आलेत आता. हे जग तरुणांचं आहे, म्हाताऱ्यांचं नाही. जगण्यासारखं काही काही राहिलं नाही या जगात!'

घटकाभरानं सदाशिव माझा निरोप घेऊन निघून गेला. पण त्याच्या बोलण्यामुळं माझ्या मनाला लागलेली बोचणी काही केल्या कमी होईना. कॉलेजातले दिवस डोळ्यासमोर उभे राहिले. तेव्हा हा सदाशिव प्रत्येक गोष्टीत रमणारा, मनसोक्त रस घेणारा, ऊस अगदी मुळासकट खाणारा रंगेल गडी होता. खाणावळीत भजी खाण्याचा त्यानं केलेला विक्रम, भर पावसात क्रिकेट सामना खेळण्याची त्यानं काढलेली टूम, त्या दिवशी क्रीडांगणावर आम्ही घातलेली लोटांगणं, अगदी भिकार नाटक– नांदीपासून भरतवाक्यापर्यंत– पाहण्याची त्याची हौस, कॉलेजमागच्या टेकड्यांवर चालणारी चांदण्यातली भ्रमंती, 'चल ये वेडे! का घेतीस आढेवेढे!' असल्या नाजुक ओळी भसाड्या सुरात म्हणून विनोद निर्माण करण्याची त्याची युक्ती, एक ना दोन अनेक आठवणी माझ्या मनात पिंगा घालू लागल्या.

या सदाशिवाला काय कमी आहे म्हणून त्याला जीवनाचा असा उबग आला आहे? आयुष्याच्या जमाखर्चात खर्चापेक्षा जमेच्या बाजूचे त्याचे आकडे कितीतरी मोठे होते. पण जे सुदैवानं दिलं त्याचा आनंद न मानता जे दुर्दैवानं हिरावून नेलं त्याच्यासाठी ऊर पिटण्यानं याला कसलं समाधान मिळतंय? जुन्या काळाच्या अवघड बेड्या पायात वागवून माणसाला वर्तमानाची वाटचाल करता येत नाही, भविष्याच्या भेटीला हसतमुखानं सामोरं जाता येत नाही!

संध्याकाळ अंगणात उतरली. मी शतपाऊलीसाठी बाहेर आलो. पूर्वेकडे तोंड करून एक फेरी टाकली. वळलो– आणि जागच्याजागी मंत्रमुग्ध होऊन खिळून गेलो! पश्चिमेकडल्या आकाशात उडणारी रंगीबेरंगी कारंजी पाहून माझं भान हरपलं. बाळपण परतलं. मनात आलं, गंधर्व नगरीतली गोजिरवाणी बाळं एकेका रंगीत ढगाचा पतंग करून तो आकाशात उडवीत असावीत! त्याशिवाय असं भव्य, रम्य दृश्य दुसरीकडे कुठं पहायला मिळणार? किती किती रंगांचा संगम झाला होता मावळतीकडे! केशरी, भगवा, गुलाबी, पिवळा, सोनेरी, अंजिरी, आकाशी आणि– आणि ज्यांची नावंही सांगता येणार नाहीत असे अनेक, अनेक रंग!

सृष्टीच्या या अनुपम सौंदर्याच्या चिंतनात मी सदाशिवाला पार विसरून गेलो. जेवून शांतपणे झोपलो. मात्र मध्यरात्री मला अचानक जाग आली. कसलंतरी स्वप्नं पडत होतं. सदाशिव मोठमोठ्यानं हसून मला काहीतरी सांगत होता. कॉलेजातला

कसलातरी मजेदार किस्सा!

झोपमोड झाल्यामुळं मी क्षणभर चिडलो. बरं वाटावं म्हणून चूळ भरली. घटाघटा पाणी प्यालो. मग खोलीत चोहोकडे पाहिलं. पश्चिमेकडल्या खिडकीतून पांढऱ्याशुभ्र चांदण्याचा एक छोटासा झराच माझ्या खोलीत वाहू लागला होता. मी खिडकीपाशी जाऊन उभा राहिलो. दुधावर सायीचा पहिला पातळ पापुद्रा यावा त्याप्रमाणं बाहेरच्या चराचर सृष्टीवर चांदणं पसरलं होतं! वृद्धालासुद्धा आईबापांच्या मायेची आठवण करून देणारं– शांत आणि शीतल! मी चंद्राकडे पाहू लागलो. आता तो माझा चांदोमामा राहिला नव्हता हे खरं. विज्ञानानं आमच्या पृथ्वीप्रमाणं त्यालाही दगड-धोंडे आणि दऱ्या-डोंगर बहाल केले होते. त्या दगड-धोंड्यांचं आयुष्य साडेतीनशे कोटी वर्षांचं आहे, असं नुकतंच कुठंतरी मी वाचलं होतं, ते आठवलं. म्हणजे दगड-धोंडेसुद्धा म्हातारे असले पाहिजेत. पण या म्हाताऱ्यांच्या सहवासात अष्टौप्रहर राहणारा चंद्र माझ्याकडे पाहून एखाद्या जिवलग मित्राप्रमाणं हसत होता. आपल्या जादूनं घरोघर झोपलेल्या बालकांची आणि तरुण-तरुणींची स्वप्नं फुलवीत होता.

मी परत वळलो. शांतपणे झोपी गेलो.

मला जाग आली तेव्हा बाहेर उजाडू लागलं होतं. सारं जग उमलत्या कमलाप्रमाणं भासत होतं. मी लगबगीनं अंगण गाठलं. नुकताच कुठं अरुणोदय होत होता. अर्धपुसट प्रकाशात दूरचं काहीही स्पष्ट दिसत नव्हतं. समोर एक नवं घर बांधलं जात होतं. त्याचे स्तंभ मला समुद्र तीरावरल्या सुरूच्या झाडांसारखे वाटले. त्या झाडांपलीकडे प्रकाशाचा सागर पसरला होता. त्यातून स्मितमुखी उषा हळूहळू बाहेर येत होती. समुद्रमंथनाच्या वेळच्या लक्ष्मीसारखी. माझ्या उजव्या हाताकडे असलेल्या कुंडीतल्या अर्धस्फुट गुलाब-कलिकेसारखी.

घरातून चहाची हाक ऐकू आली. चहा मोठा फक्कड झाला होता. त्याचा एकेक घोट मी मोठ्या चवीनं घेऊ लागलो. सकाळच्या थंड वेळी गरम चहानं फार फार बरं वाटतं. गांधींचा मी मोठा चाहता; पण असहकारितेच्या प्रारंभी चहा सोडण्याची जी लाट आली होती, तिच्यात मी कधीच वाहवून गेलो नाही. इंग्रज गेले. इंग्रजीही आज ना उद्या मागं पडेल. आमच्या गुलामगिरीच्या नावानिशाण्या हळूहळू नाहीशा होतील. पण इंग्रजांनी आम्हाला प्यायला शिकवलेला चहा या देशातून कधीही नाहीसा होणार नाही, याविषयी मी नि:शंक आहे.

मी फिरायला बाहेर पडलो. गाव मागं टाकलं. दोन्ही बाजूंना हिरव्यागार गालिच्यांनी आच्छादिलेले विस्तीर्ण माळ पाहून डोळे सुखावले. किंचित् पोपटी, किंचित् काळसर असा तो हिरवागार रंग डोळ्यांनी कितीही प्यालो तरी तृप्ती होईना. ऊन तापू लागलं, तेव्हा भ्रमंती थांबवून मी परत फिरलो. मी माझ्याच तंद्रीत होतो;

पण वाटेवरल्या एका झोपडीपाशी माझं पाऊल थबकलं. सैगलच्या त्या आर्त मधुर सुरांच्या जाळ्यात मी अडकलो– 'सुख के दिन का एक सपना था' या दर्दभऱ्या ओळीनं बरुआचा 'देवदास' माझ्यापुढं मूर्तीमंत उभा केला. कला कारुण्यालाही किती सुखदायक करू शकते या जाणिवेनं मन स्तिमित झालं.

घरी आलो तो माझे दोघे नातू तावातावानं भांडत होते. अर्थात् मला न्यायाधीश होणं प्राप्तच होतं. भांडणाचं मूळ होतं एक चांदणी. काल संध्याकाळी एकाच वेळी ती पाहिली होती म्हणे या दोघांनी. प्रत्येकाचं म्हणणं ती माझी आहे. हा दावा निकालात काढण्याकरिता मी म्हटलं, 'आधी चांदणी कुठं आहे ती दाखवा मला. मग ती कुणाची आहे हे मी ठरवीन.' त्या दोघांनी वायव्येकडल्या आकाशाच्या कोपऱ्याकडे बोट दाखवलं. पण तिथं काहीच नव्हतं! मी हसू लागलो. ते हिरमुसले झाले. त्यांचं समाधान करण्यासाठी मी म्हणालो, 'चांदणी गेलीय् झोपायला. संध्याकाळ झाल्यावर ती आभाळात खेळायला येईल. तेव्हा आपण तिलाच विचारू, तू कुणाची आहेस म्हणून!' हे ऐकताच दोघांनी दोन बाजूंनी मला घट्ट मिठ्या मारल्या. त्या उत्कट, निरागस मिठ्यांनी माझ्या मनाचा पारिजात नखशिखांत बहरून गेला. दोघेही एकदम ओरडले, 'नाही, नाही तसं विचारायचं नाही' मी हसत म्हणालो, 'ठीक आहे. ती आभाळात आली म्हणजे आपण शिडी आणू. ती आकाशाला लावू. शिडीवरून चांदणी खाली उतरेल. मग सुरीनं आपण तिचे दोन सारखे तुकडे करू. सफरचंदाचे करतो तसे. म्हणजे दोघांनाही ती मिळेल.' दोघेही रडतरडत ओरडले, 'नाही, नाही. तसं करायचं नाही!'

सकाळचं सगळं आन्हिक उरकल्यावर ऑर्थर मिलरचं नवं नाटक मी वाचायला घेतलं. पुस्तक अगदी डोळ्यांजवळ धरून एकेक शब्द वाचताना त्रास होत होता. एकेक पान मी कष्टानं उलटीत होतो. डोळ्यांच्या शिरा सारख्या ताणल्या जात होत्या. पण हळूहळू वाचनात मी इतका रंगून गेलो की त्या साऱ्या त्रासाचा हा हा म्हणता मला विसर पडला. माझी ही वाचनाची समाधी मोडली ती बाहेर खणखणाऱ्या घंटेनं– कुणीतरी कन्नड लेखक मला भेटायला आले आहेत या वर्दीनं. त्या घंटानादानं मला सदाशिवाची आठवण झाली. तो गेल्यापासूनचे माझे अठरावीस तास मोठ्या मजेत गेले होते. वृद्धाच्या जीवनपंथाच्या दोन्ही बाजूंना कामरुपिणी सृष्टीच्या विविध साहित्यकलांच्या आणि करुणरम्य मानवी भावनांच्या केवढ्यातरी गारगार आंबराया पसरलेल्या असतात. सदाशिवाला त्या उपलब्ध नाहीत असं थोडंच आहे! असं असून त्यानं दु:खी-कष्टी का राहावं? कुढत का बसावं? म्हातारपण हे कुतरपण असं वैतागानं का म्हणावं?

वार्धक्यात असं मुलखावेगळं काय आहे? मनुष्य हा सृष्टीचाच एक घटक आहे. मग जन्म, बाल्य, तारुण्य, प्रौढत्व, वार्धक्य, मृत्यू या जीवनातल्या ऋतुचक्राबद्दल

त्यानं तक्रार का करावी? सहा ऋतूंपैकी जन्मभर वसंताचा फुलोराच माझ्या वाट्याला यावा किंवा मी सदैव शरदातल्या चांदण्यात नाहून निघावं, या हट्टाला वेडगळपणाखेरीज दुसरं कोणतं नाव देता येईल? चैत्रपालवीचा प्रवास एकदा सुरू झाला की तो माघातल्या पानगळीपर्यंत चालू राहावा, हा निसर्गाचा नियमच आहे. सृष्टीचे अशाप्रकारचे कायदे मोडण्याचं सामर्थ्य महापुरुषांच्या अंगीही नसतं.

आणि मनुष्य काय केवळ शरीरानं जगतो? नदीत पोहून दमल्यावर ओल्या अंगानं काठावर बसून बालगोपालांच्या जलक्रीडा, तरुण-तरुणींची स्नानं आणि हसतखेळत अज्ञाताच्या भेटीला जाणारा समोरचा सरितेचा प्रवाह हे सारं सारं पाहण्यात काय कमी आनंद आहे? सदाशिव पुन्हा भेटला की हे सगळं त्याला समजावून सांगायला हवं. 'राज्य-उपभोग म्हणजे राजसंन्यास' हे गडकऱ्यांचं वाक्य अजून त्याच्या स्मरणात असेल! पण सम्राटाप्रमाणं सामान्य मनुष्याच्या बाबतीतही ते सत्य आहे, हा विचार स्वतःची शिळी दुःखं उगाळीत बसणाऱ्या त्याच्या मनाला कधीच शिवला नसेल! त्याला हे कळायला हवं की, 'बालपण ही रम्य परीकथा आहे, यौवन ही सुंदर प्रेमकथा आहे व वार्धक्य ही उदात्त तत्त्वकथा आहे!'

रविवार सकाळ, दिवाळी अंक, ९/११/१९६९

एक चुटका

पंतांनी तावातावानेच माझ्या खोलीत प्रवेश केला.

त्यांचा हा अवतार माझ्या चांगल्या ओळखीचा झाला आहे. कुठं काही स्वत:ला न आवडणारे वाचले की, पंत कमालीचे अस्वस्थ होतात! त्यांचे ओठ फुरफुरू लागतात! पण वाचनालयात त्यांना श्रोता कुठून मिळणार? मग तो नावडता मजकूर ते नकलून घेतात आणि तडक माझ्यावर स्वारी करतात! मी तसा खमंग श्रोता आहे! त्यामुळे पंताना त्या नावडत्या मजकुरावर मनसोक्त तोंडसुख घेता येते.

आजचा रंग तसाच दिसत होता. पण जणू काही ते सहज आले आहेत असे भासवीत मी म्हणालो, 'या पंत! बसा!!'

'बसा, अरे गृहस्था! जिथं तिथं आम्हा भारतीयांचा असा अपमान होत असताना तू बसा म्हणून मला सांगतोस? ही काय बसण्याची वेळ आहे?' आपले हे राणा भीमदेवी थाटाचे भाषण पंतानी उभ्या उभ्याच केले. 'उठा! जागे व्हा! देशाला आग लागली आहे!' वगैरे ते काही बोलले नाहीत हे माझे भाग्य!

मी मख्खपणाने म्हणालो, 'पंत, इंग्रज तर इथनं कधीच गेला! आता आमचा अपमान कोण करणार?'

'तुम्हा घरकोंबड्याना इंग्रज गेला असं वाटतं. पण तो गेला, तरी इंग्रजी भाषेत छापून येणारी वर्तमानपत्रं काही इथनं गेली नाहीत! हे पहा, हे पहा, जरा डोळे उघडून!'

पंतानी आपल्या खिशातून एक कागदाचा तुकडा बाहेर काढला. त्याच्यावर पेन्सिलीने पाठपोट त्यांनी काही टिपले होते. मी तो कागद हातात घेतला. वर एका इंग्रजी वृत्तपत्राचे नाव होते. त्याची प्रसिद्धीची तारीख होती. पंतांनी भाषांतर करून आणलेला मजकूर मी मोठ्या कुतूहलाने वाचू लागलो –

> *'समुद्रात एक जहाज फुटते. एका ओसाड बेटावर त्या जहाजावरली तीन माणसे– दोन पुरुष आणि एक स्त्री कशीबशी जीव बचावून येतात. एक*

विलक्षण त्रिकोण निर्माण होतो. त्या तिघांचे संबंध कोणत्या प्रकारचे राहतील? या प्रश्नाचे उत्तर देणे सोपे नाही. पण देहस्वभावाप्रमाणे देशस्वभावही असतो. म्हणून या प्रश्नाचे उत्तर त्या व्यक्ती कोणत्या देशातल्या आहेत, यावर अवलंबून राहील.

ही मंडळी फ्रेंच असतील तर त्यांना हा प्रश्न सोडवायला पाच मिनिटेसुद्धा लागणार नाहीत! ती स्त्री दोघांचीही होईल! एकाला ती आपला नवरा मानील. दुसऱ्याला प्रियकर समजेल! मात्र हे त्रिकूट स्पेनमधून आलं असलं तर या प्रश्नाचं उत्तर अगदी निराळं येईल! ते दोघे पुरुष एकमेकाला द्वंद्वयुद्धाचे आव्हान देतील! त्यातला एक मरून पडल्याशिवाय या प्रकरणाचा निकाल लागणार नाही!!

ही मंडळी इंग्लिश असतील तर ते दोघे पुरुष ही स्त्री कुणाला मिळावी हे नाणे उडवून निश्चित करतील! 'दैवानं तुझ्या बाजूनं कौल दिला आहे. तुझा मधुचंद्र सर्व सुखांनी परिपूर्ण होवो' अशी शुभेच्छा व्यक्त करतील. हरलेला पुरुष समुद्रात उडी टाकील! ही इंग्रज मंडळी अमेरिकन असली तर बेटावर आणखी कुणी पुरुष आहेत की काय, याचा ते कसून शोध करतील! कुणी चांगलं गिऱ्हाईक मिळालं तर ते त्याला ती स्त्री विकून टाकतील! मात्र हे त्रिकूट रशियन असलं तर तिघेही एका रांगेत हुकमाची वाट पाहात उभे राहतील! 'लेनिन, स्टॅलिन, क्रुश्चेव्ह किंवा असाच कुणीतरी येऊन जो हुकूम देईल तो आम्ही पाळू' असे ही मंडळी सांगतील.

कामगार राज्याच्या कल्पनेतून व्यक्ती स्वातंत्र्याची गळचेपी करणारी जी समाजपद्धती रशियात निर्माण झाली आहे तिला चिमटा घेणारा हा एक वात्रट चुटका आहे, हे उघड दिसत होते. निरनिराळ्या राष्ट्रातल्या लोकांच्या स्वभावावर त्यात केलेली उपहासगर्भ टीका मला मौजेची वाटली. साहजिकच हा मजकूर वाचून संपविताच मला हसू आलं. मी हसत आहे हे पाहताच पंत भडकले! ते रागारागाने म्हणाले 'भारतीयांचा असा उघड अपमान होत असूनही तुम्हाला हसू येते?'

त्यांच्या बोलण्याचा अर्थच मला कळेना! या विनोदी चुटक्यात भारताचा कुठेच उल्लेख नव्हता. मी पंताना म्हणालो, 'अहो, यात भारताचं नाव आहे कुठं?'

पंत गरजले, 'तेच-तेच म्हणतोय मी! फ्रेंच, स्पॅनिश, इंग्लिश, अमेरिकन, रशियन अशी सारी माणसं आहेत यात. पण भारतीय मनुष्य मात्र कुठं नाही. आम्हाला अनुल्लेखाने मारताहेत हे लोक!'

मी हसत म्हटले, बोलून चालून ही एका ओसाड बेटावर जाऊन पडलेल्या स्त्री-पुरुषांची भानगड आहे. तिच्याशी तुमचा आमचा काही संबंध नाही.'

पंत चौकातल्या वक्त्यासारखे हातवारे करीत म्हणाले, 'असं कसं होईल? या

बाबतीत भारत जगाच्या गुरूस्थानी आहे. 'यत्र नार्यस्तु पूज्यन्ते' हे तुम्ही विसरलात काय? भारताइतका पवित्र देश जगात दुसरा कुठलाही नाही. आमच्या ह्या पावित्र्याचा हे उर्मट पाश्चात्य लोक हेवा करतात! म्हणून या चुटक्याचा शेवट मी म्हणतो तसा व्हायला हवा होता.'

'कसा?' माझ्यातल्या कथाकाराचे कुतुहल जागृत होऊन त्यानं विचारले.

चिंतोपंत गंभीरपणानं बोलू लागले, 'ही तीन माणसे भारतीय असती तर ते दोघे पुरुष त्या स्त्रीकडं ढुंकूनसुद्धा न पाहता आपापल्या कामाला निघून गेले असते! एकानं संन्यास घेऊन अध्यात्मसाधना केली असती! दुसऱ्यानं देशाच्या स्वातंत्र्यसंग्रामात उडी घेतली असती!'

स्वातंत्र्यासाठी युद्ध कुणाशी करायचे? हा गहन प्रश्न होता. पण पंताना त्याच्याशी काही कर्तव्य नव्हते. ते नेहमीप्रमाणे आपल्या खऱ्याखोट्या संस्कृतीचा अभिमान उराशी घट्ट धरून पोटतिडकीने बोलत होते. त्यांना थोडे डिवचावे म्हणून मी म्हणालो, 'पंत, ही तीन माणसं भारतीय असती तर त्यांनी काय केलं असतं याविषयीचं माझं मत थोडं निराळं आहे. त्यातला एक पुरुष भगवी कफनी घालून बुवा झाला असता! मग दुसरा त्याचा शिष्य बनला असता! बाई शिष्या होऊन बुवांच्या आश्रमात राहिली असती! या आश्रमाविषयी बेटावरल्या तुरळक रानटी लोकात कुजबुज सुरू झाली असती! गुरूमंत्र देताना गुरूचे ओठ शिष्येच्या कानापेक्षा गालाजवळच अधिक असतात आणि आपल्या हृदयातला परमेश्वर दाखविण्यासाठी शिष्य शिष्येला अपरात्री एकांतात घेऊन जातो, या गोष्टी त्या अडाणी लोकांनासुद्धा खटकल्या असत्या पण–'

माझा रोख पंतांच्या लक्षात आला. ते घुश्शातच खोलीबाहेर गेले. मात्र जाता जाता देव, धर्म, संस्कृती काही काही नाही तुम्हाला! असा टोमणा मला मारायला त्यांनी कमी केले नाही.

पंत निघून गेल्यावर समोर पडलेल्या त्या कागदाकडे पाहात मी विचार करू लागलो. भारतीय संस्कृतीतल्या स्त्री आणि पुरुष यांच्या संबंधांच्या पावित्र्याविषयी पंताप्रमाणेच आपणा सर्वांची समजूत असते. त्याग, श्रद्धा, भक्ती, संयम इ. गुणांचे वरदान परमेश्वराने भारताला दिलेले आहे, अशा थाटात वक्ते बोलत असतात, लेखक लिहित असतात! सामान्य माणसे हे सारे खरे मानतात; पण आपल्या या पावित्र्याच्या प्रौढीत खरोखर कितपत सत्य आहे?

अनेक पुराणकथा माझ्या डोळ्यांपुढे उभ्या राहिल्या. या सर्व कथात रंभेकडे ढुंकूनसुद्धा न पाहणारा एखादाच शुकमुनि आढळतो! बाकीची मंडळी एरवी फार बडी! पण बाई दिसली की लागली पाघळायला! साठ हजार वर्षे लोहपिष्ठ भक्षण करून तपश्चर्या करणाऱ्या विश्वामित्राला लावण्यावती अप्सरा काय किंवा पर्णकुटिकेच्या

दारातली शिला काय दोघीही सारख्याच वाटायला हव्या होत्या. पण तसे घडत नाही. कॉलेज राणीच्या दर्शनाने एखाद्या कॉलेज कुमाराचा कलिजा जसा खलास होतो, तसा विश्वामित्र मेनका दिसताच मधली साठ हजार वर्षे विसरतो! गायत्री मंत्र विसरून 'क्षण एक पुरे प्रेमाचा' हा मंत्र म्हणू लागतो!

ही कथा घ्या किंवा हिच्यासारख्या इतर अनेक पौराणिक कथा घ्या. त्या खऱ्या असतील असे मला म्हणायचे नाही. पण त्यात त्या काळातलं सामाजिक मन प्रतिबिंबित झालं आहे हे कबूल केलंच पाहिजे. स्त्री ही पुरुषाच्या मोक्षाच्या मार्गातली धोंड आहे अशी कल्पना फार प्राचीन काळापासून आमच्या मनात दृढमूल होऊन बसली आहे हेच खरं! पुराणे घ्या, इतिहास वाचा किंवा परवा परवापर्यंतचे आपले सामाजिक जीवन पहा, त्यात तरुण स्त्री-पुरुष मोकळेपणाने वावरत आहेत, मिसळत आहेत, कामुकतेचा स्पर्श होऊ न देता कामे करीत आहेत, शुद्ध मित्र-मैत्रिणीच्या नात्याने एकत्र नांदत आहेत, अशी उदारहणे फार थोडी. आजकालचे अनेक लेखक प्रेम या साळसूद नावाखाली कामचेष्टानी भरलेली झणझणीत मिसळ तयार करतात आणि कल्पवृक्षाच्या फळांचा मुरंबा म्हणून ती बाजारात विकली जाते! या मुरंब्याचा मागणीइतका पुरवठा होऊ शकत नाही, इतका तो लोकप्रिय आहे! हे सारे उघड उघड दिसत असूनही पंतांसारखी माणसे भारतीय स्त्री-पुरुषसंबंधाच्या पावित्र्याचा डांगोरा उठल्यासुठल्या पिटू लागतात तेव्हा हसू आल्याशिवाय राहात नाही.

इंग्रजी विद्या आली. विज्ञानाचा विस्तार झाला. अंध-श्रद्धा धरणीकंपात जमीनदोस्त होणाऱ्या मंदिराप्रमाणे ढासळून पडू लागल्या. साहजिकच, या कृत्रिम पावित्र्याचे देवपणही लोप पावले. आजचा भारतीय समाज या दृष्टीने पाहण्यासारखा आहे. स्त्री-पुरुषांचे नाना निमित्तानी होणारे संघटन त्याला टाळता येत नाही! पण स्त्री-पुरुष शुद्ध मैत्रीच्या पातळीवर अगदी जवळ येऊ शकतील यावरही त्यांचा अजून विश्वास बसत नाही. दाखवायचे दात निराळे आणि खायचे दात निराळे अशी त्यांची स्थिती झाली आहे! या किंवा अशा अनेक बाबतीत आजच्या इतका दांभिकपणा भारतीय समाजाने पूर्वी कधीच दाखवला नसेल!

हे सारे उघड-उघड दिसत असूनही पंत आणि मंडळी भारतात गल्लोगल्ली रामासारखे एकनिष्ठ पुरुष आणि सीतेसारख्या पतिव्रता बायका वावरत आहेत, अशी स्वत:ची समजूत करून घेतात! एखाद्या विनोदी चुटक्यात आपल्या संस्कृतीच्या या तथाकथित पावित्र्याचे प्रदर्शन झाले नाही म्हणून चिडतात! पण मला वाटते, ओसाड बेटाच्या त्या चुटक्यात भारताचा उल्लेख नाही, ही समाधानाची गोष्टी आहे. तो चुटका रचणाऱ्याने, ही मंडळी भारतीय आहेत अशी कल्पना केली असती तर त्याला या तिरंगी सामन्याचे वर्णन पुढे दिल्याप्रमाणे करावे लागले असते–

हे दोन पुरुष त्या स्त्रीकडे पुन:पुन्हा वळून पाहतात– बसमधे एखादी देखणी बाई

दिसली की, तिच्याकडे आजुबाजुची मंडळी पाहतात तसे! मात्र त्या बाईला संशय येऊ नये म्हणून पहिला साऱ्या बेटाला ऐकू जाईल अशा आवाजात स्वगत उद्गारतो, 'अहाहा! आकाशाची ही दुपारची शोभा किती सुंदर आहे!' दुसरा तेवढ्याच उंच आवाजात स्वत:शी म्हणतो, 'बाहूनं तुला कवटाळून पोहत पोहत हा समुद्र ओलांडण्याची माझ्या अंगी शक्ती आहे. माझ्या बाहुपाशात तुला संकोच वाटण्याचे कारण नाही. कारण 'स्त्रीची विविध रूपं' या प्रबंधाबद्दल मला डॉक्टरेट मिळाली आहे! माता, भगिनी आणि कन्या हीच स्त्रीची खरी तीन रूपे आहेत. प्रणयिनी, पत्नी वगैरे तिची नाती दुय्यम आहेत असे या प्रबंधातले माझे प्रतिपादन आहे! ते सर्वत्र मान्यता पावलं आहे!'

या पैलवान पंडिताला आचार्य पुढं बोलू देत नाहीत, त्या दोघांची मारामारी सुरू होते. मात्र कुठलाही सामना अनिर्णित ठेवण्याच्या भारतीय परंपरेला अनुसरून ते दोघे लढत राहतात! इतक्यात त्या बेटावरला एक रानटी मनुष्य लपत छपत येतो आणि त्या स्त्रीला अलगद उचलून घेऊन निघून जातो! आचार्य आणि पंडित यांची मारामारी सुरूच असते!

उटकूर, दिवाळी अंक, १९६९   ∎

अर्धं भांडं पाणी

काल संध्याकाळी दहा-बारा वर्षांचा एक मुलगा माझी स्वाक्षरी घेण्याकरिता आला. मोठा गोड आणि चुणचुणीत दिसत होता तो, टपोऱ्या गुलाबांसारखा. स्वाक्षरी मागणाऱ्या मुलांचा एरवी मी छळ करतो; माझं अक्षर फार वाईट आहे, ही सत्यकथा त्यांना सुनावतो. माणसानं स्वत: सह्याजीराव झालं पाहिजे. इतरांच्या सह्या गोळा करून काही फायदा नाही, असला फुकटचा उपदेश करतो. पण या मुलाच्या बाबतीत माझा हा पेटंट प्रयोग करण्याची इच्छा मला होईना. सौंदर्य मन जिंकून घेतं हेच खरं.

त्याच्या सुंदर स्वाक्षरी-पुस्तिकेत मी सही केली. त्यानं लगेच हट्ट धरला, 'संदेश द्या.' आमच्या सारख्यांच्या संदेशांपेक्षा बंगाली संदेश फार चांगले असतात, असं मी नेहमीच म्हणतो. पण काल मला थोडा निराळा खेळ खेळायची इच्छा झाली. मी त्याला म्हणालो, 'हे गांधी-जन्मशताब्दीचं वर्ष आहे. तू गांधीजींचं एक चांगलं वाक्य मला सांग. संदेश हा वादळी समुद्रातल्या दीपस्तंभासारखा हवा. गांधीजींसारख्या महापुरुषांची वचनंच संदेश म्हणून शोभतात. तेव्हा तू तुला आवडणारं गांधीजींचं एक वाक्य मला सांग. म्हणजे माझं काम सोपं होईल आणि तुला चांगला संदेश मिळेल.'

हे ऐकून स्वारी गडबडली. गुलाब कोमेजला. आपण या निरागस मनाची क्रूर थट्टा केली की काय, असं माझ्या मनात आलं. त्याची पाठ थोपटीत मी म्हटलं, 'असा रडवेला होऊ नकोस; पण गांधीजींचं एक तरी चांगलं वाक्य तुला ठाऊक असायला नको का? जरा बैस इथं. मी तुला गांधींची एक गोष्ट सांगतो. त्या गोष्टीतून कोणता संदेश मिळतो तो मला एका वाक्यात सांग. मी ते वाक्य तुला लिहून देईन.'

गोष्ट म्हटल्यावर त्याचा चेहरा पुन्हा फुलला. तो उत्सुकतेनं ऐकू लागला. मी सांगू लागलो. ''फार फार जुनी गोष्ट आहे. गांधी जितके साधे होते तितकीच साधी गोष्ट आहे, गांधींच्या आश्रमातली. एके दिवशी गांधीजी काही लिहीत बसले होते. त्यांना लागली

तहान. त्यांनी कुणाला तरी हाक मारली. 'प्यायला पाणी आण,' असं सांगितलं. त्या माणसानं फुलपात्र भरून पाणी आणलं. गांधीजी त्यातलं निम्मं पाणी प्याले. निम्मं पाणी त्यांनी तसंच ठेवलं. ते पुन्हा लिहू लागले. त्या माणसाला वाटलं, गांधीजींना हवं होतं तेवढं पाणी ते प्याले. आता भांडं विसळायला काही हरकत नाही. त्यानं ते भांडं उचललं. पाणी खिडकीतून बाहेर फेकून दिलं. गांधीजींचं लक्ष त्याच्याकडं गेलं. ते एकदम म्हणाले, 'अरे, हे काय केलंस?' तो चपापला. आपली काय चूक झाली हे त्याला कळेना. तो नम्रपणानं म्हणाला, 'तुमचं पाणी पिऊन झालं असं मला वाटलं म्हणून हे उरलेलं पाणी मी फेकून दिलं.' गांधीजी हसत उत्तरले, 'अरे, उरलेलं पाणी मला प्यायला नको होतं. पण तू ते फेकून फुकट का घालवलंस? माझ्या डोक्यावरल्या कपड्याच्या घडीवर ते घालता आलं नसतं का?'''

मी थांबलो; त्या मुलाला म्हटलं, 'सांग आता तुझा संदेश!' त्यानं दोन-तीनदा पुटपुटल्यासाखं काही केलं. त्या साध्यासुध्या प्रसंगाचं तात्पर्य त्याला कळलं होतं, हे त्याच्या चेहऱ्यावरून उघड दिसत होतं. पण ते सुंदर शब्दांनी कसं सांगावं हे त्याला कळत नव्हतं. मी खनपटीला बसणार असं वाटताच 'मी उद्या संदेश तयार करून आणतो, तो तुम्ही मला लिहून द्याल ना?' असं म्हणत त्यानं माझा निरोप घेतला.

मी मानेनं 'हो' म्हटलं. मुलगा निघून गेला. पण ते अर्धं भांडं पाणी माझ्या मनात उचंबळत राहिलं. एका बाजूनं ते माझ्या कोरड्या मनाला ओलावा देत होतं; दुसऱ्या बाजूनं ते तापलेल्या वाळवंटात ओसरलेल्या चुळकाभर पाण्यासारखं वाटत होतं. त्या भांड्यातल्या एवढ्याशा पाण्याची उधळपट्टी गांधीजींना सहन झाली नाही आणि त्यांचा वारसा सांगणारे आम्ही? शब्द, वेळ, शक्ती, पैसा, साऱ्या साऱ्या गोष्टींची वारेमाप उधळपट्टी करीत आहोत. 'दोन तास फुकट गेले! माझे दोन हिरे हरवले.' असा आक्रोश करणारा पंडित आमच्या समाजात निर्माण होत नाही. विद्यार्थी घ्या, बायका घ्या, वृद्ध माणसं घ्या, दिवसाकाठी निरर्थक बडबड करण्यात आपला किती वेळ खर्च होतो याची त्यांना दाद आहे का? 'वेळ म्हणजे पैसा' हे पाश्चात्यांचं प्रमुख सूत्र. पण या दरिद्री देशात भारी किमतीची घड्याळं मनगटांवर बांधली जातात ती केवळ शोभेसाठी. हॉटेल, सिनेमागृहं ही सारी सदैव तुडुंब भरलेली असतात. हॉटेलांत वेळीअवेळी जाणारी माणसं खरोखरीच भुकेलेली असतात का? भिकार चित्रपटांची वारी करणाऱ्या मंडळींना कला कशाशी खातात याची कल्पना तरी आहे का?

माझ्या मनात आलं, महापुरुष साध्या शब्दांतून, साध्या प्रसंगांतून किती किती गोष्टी जगाला शिकवीत असतात. पण शेवटी हे सारं त्यांचं अरण्यरुदन होतं. त्या भांड्यातल्या शिल्लक राहिलेल्या पाण्याचा संदेश आपला देश शिकला असता, तर किती बरं झालं असतं!

तो संदेश मोजक्या शब्दांत व्यक्त करण्याचा मी प्रयत्न करू लागलो. पण मला ते जमेना. माझी स्थिती त्या मुलासारखीच झाली. गांधीजींसारख्या महात्म्यांचे संदेश सुगंधासारखे असतात. तो सुगंध शब्दांच्या कागदी फुलांत साठवता येत नाही. तो अनुभवायचा असतो; हृदयात साठवायचा असतो; आयुष्याची वाटचाल त्याच्या सहवासात सुखी करून घ्यायची असते.

कुमार, दिवाळी, १९६९

एक होता वाघ

आताआताशी संध्याकाळ झाली की, माझी स्थिती अभ्यास न करता शाळेला जाणाऱ्या पोरासारखी होते. मास्तरांनी विचारलेल्या प्रश्नाचं उत्तर 'ठोकून देतो ऐसाजे' या पद्धतीनं द्यावं की तोंडाला कुलूप घालून गप्प बसावं, या विचारानं चिमणी पोरं चिमणीएवढी तोंडं करून बसतात ना? मीही तसाच विवंचनेत पडतो. दोघं नातू होतात मास्तर! त्यांचा एकच धोशा सुरू होतो 'गोष्ट सांगा, नवी गोष्ट सांगा, अगदी नव्वी, नव्वी, कोरी करकरीत गोष्ट सांगा.'

माझं हे कथाकथनाचं काम पहिल्या पहिल्यांदा ठीक चाललं. इसापनीती, पंचतंत्र, हितोपदेश, रामायण, महाभारत, इत्यादिकांवर छापे घालून मी यथेच्छ लूट आणीत होतो. त्यामुळं माझा गोष्टी सांगण्याचा धंदा अनेक दिवस मोठ्या तेजीत चालला. आपले आजोबा गोष्टींच्या खाणींचे मालक आहेत अशी घरातल्या या दोघा बालगोपालांची समजूत होऊन बसली.

पण हळूहळू माझं बेंड बाहेर फुटू लागलं. साऱ्या जुन्या कथा संपुष्टात आल्या. तो राम नि ते शिवधनुष्य, तो रावण नि ते सीताहरण, तो कांचनमृग आणि ती सोन्याची लंका, मारुतीची पाच-दहा किलोमीटर लांब असलेली शेपटी हे सारं सारं पोरांना तोंडपाठ होऊन गेलं. मारुतीनं लावलेल्या आगीचं वर्णन त्यांनी प्रथम माझ्या तोंडून ऐकलं तेव्हा दोघेही पोट धरधरून हसले होते. हसता हसता जोरजोराने टाळ्या पिटल्या होत्या. पण आता या अग्निप्रलयातला रस त्यांच्या दृष्टीने पार आटून गेला होता. अगदी नवीन कध्धी, कध्धी न ऐकलेली गोष्ट दररोज त्यांना सांगणं प्राप्त होतं.

उठल्यासुठल्या नवीन गोष्ट आणायची कुठून? दिवसाच्या व्यापातापात त्यांना आवडेल अशी नवी गोष्ट शोधायला मला सवड मिळत नाही. या चिमुरड्यांना जुनी गोष्ट चालत नाही. लगेच 'ऊं- शी- शिळी-उष्टी' म्हणून ते नाकं मुरडू लागतात. रात्र झाली, जेवण होऊन स्वारींनी अंथरुण गाठली की, माझ्यावर पकड वारंट

निघतं. तिकडं दुर्लक्ष केलं तर मोर्चा, घेराव इत्यादिकात आपण दोघेही तरबेज आहोत हे दोघं सिद्ध करून दाखवतात.

काल रात्री असंच झालं. मी मुकाट्यानं त्यांच्या अंथरुणावर जाऊन बसलो. बिनतिकिटानं प्रवास करणाऱ्या उतारुच्या मन:स्थितीचा अनुभव घेत! नव्या गोष्टीसाठी गिल्ला सुरू झाला. माझं डोकं अगदी रिकामं होतं. वृद्धांचं जग आणि बालकांचं जग ही फार भिन्न जगं आहेत. त्यामुळं लिहिण्याच्या दृष्टीनं माझ्या मनात घोळत असेलली कोणतीही कथा मी त्यांना सांगू शकत नव्हतो. थोडा वेळ खाकरून खोकरून घसा साफ करण्याचं सोंग मी केलं. इतक्यात 'गोष्ट-गोष्ट' असा हलकल्लोळ झाला. भाकरीचा तुकडा कुठं तरी मोडायलाच हवा हे उघड होतं. मी सांगू लागलो, 'एक होता राजा–'

राजा हा आता तसा फार जुना प्राणी झाला आहे! लहान मुलांना सांगायच्या गोष्टीतसुद्धा तो कमी आढळतो, हे मनात येताच मी स्वत:शीच हसलो. पण पोरांनी त्या हसण्याचा भलताच अर्थ केला. आत्तापर्यंत मी त्यांना छप्पन राजांच्या गोष्टी सांगितल्या होत्या. त्यातलीच कुठली तरी जुनीपुराणी चीज मी पोतडीतून बाहेर काढीत आहे असं वाटून दोघेही ओरडले, 'आम्हाला नको तो राजा, त्याची ती आवडती राणी नको नि नावडती राणीही नको.'

आगगाडीला रुळ बदलणं प्राप्त होतं. मी सांगू लागलो, 'एक होता कोल्हा–
'

पोरटी कसली वस्ताद! त्यांनी मला पुढं बोलूच दिलं नाही. दोघांचंही वक्तृत्व एकदम सुरू झालं. 'तो करकोच्याला फसवणारा कोल्हा, तो शेपूट तुटलेला कोल्हा, तो निळीच्या भांड्यात पडलेला कोल्हा, तो सिंहाचं कातडं पांघरुन हिंडणारा कोल्हा सारे सारे कोल्हे आम्हाला ठाऊक आहेत. कोल्हा फार लुच्चा असतो. त्याची गोष्ट नको आम्हांला.'

चोरून चॉकलेटं फस्त करणाऱ्या गृहराज्यातल्या या खासदारांना आलेला हा प्रामाणिकपणाचा पुळका पाहून मला क्षणभर बरं वाटलं. मात्र त्या बरोबरच आयुष्यात कधीही न पाहिलेल्या कोल्ह्याविषयी मन प्रथमच सहानुभूतीनं विचार करू लागलं. इसाप आणि विष्णुशर्मा हे प्रतिभावान कथाकार खरे. पण नकळत त्यांनी कोल्ह्यावर मोठा अन्याय केला आहे. उभ्या इसापनीतीत एकही सज्जन कोल्हा आढळू नये ही किती विचित्र गोष्ट आहे. वास्तवाच्या प्रचलित कल्पनांना किंवा आधुनिक मानसशास्त्राला हे मान्य होईल काय? एखाद्याला बदनाम करायचं ते तरी किती? इतिहास पुराणतल्या व्यक्तींची जुनी काळी चित्रं पांढरी शुभ्र करण्याच्या या काळात बिचाऱ्या कोल्ह्यावर तेवढा लुच्चेपणाचा कायमचा छाप का राहावा. कुणी तरी तो पुसून टाकला पाहिजे. सच्चा कोल्ह्याची गोष्ट तयार करून मुलांना चकित करून सोडावं

असा विचार माझ्या मनात आला. पण एवढा धीर त्यांना होता कुठं? 'नवी गोष्ट, नवी गोष्ट' म्हणून त्यांचा आरडाओरडा सुरू झाला.

वीरश्रीयुक्त पवित्रा घेतल्याशिवाय आता गतीच नव्हती. मी बोलून गेलो, 'एक होता वाघ–'

वाघ हा शब्द ऐकताच दोन्ही मुलं एकटक माझ्याकडं पाहू लागली. भीति आणि कुतुहल यांच्या मिश्रणानं त्यांचे डोळे चमकू लागले. मी मात्र मोठ्या पंचायतीत पडलो. लहानपणी पुष्कळ वाघ पाहिले होते मी. काही मोहरममधले, काही सर्कशीतले. पण त्यानंतर वाघ आडनावाच्या माणसाशीसुद्धा माझा कधी संबंध आला नव्हता. एखादी शिकारकथा त्यांना सांगावी म्हटलं तर तशी कुठलीही कथा आठवेना. माणसाची स्मरणशक्ती ही मोठी तालेवार आणि मिजासखोर बाई आहे. आपल्या आवडीच्या सर्व गोष्टी ती जवळ जपून ठेवते आणि जे तिला पसंत पडत नाही त्याला ती तत्काळ बाहेरचा रस्ता दाखविते. पण पोरांना हे ब्रह्मज्ञान सांगून काय उपयोग?

मी बोलायचा थांबलो असं दिसताच दोघंही अधीरपणे उद्गारले, 'पुढं सांगा, पुढं सांगा.'

सांगणार काय माझं कपाळ. पण न सांगून जाणार कुठं? तोंड वाऱ्यावर देऊन मी बडबडू लागलो– 'एक होता वाघ– तो राहात होता त्या जंगलाला वणवा लागला. वाघाच्या शेपटीला लागली आग– तो लागला पळायला. त्याला दिसली एक भली मोठी बाग– तिथं राहात होता एक भयंकर नाग–'

पोरं चूप बसली. तल्लीन होऊन ऐकू लागली. मलाही अवसान चढलं. जंगलात वणवा कसा लागतो, तो किती झपाट्यानं पसरतो, आमचा कथानायक वाघ त्या वणव्यात कसा सापडतो, बागेत त्याला केवढा मोठा नाग भेटतो, तो त्या वाघाला पाताळात कसा नेतो, तिथं शेषाच्या राणीच्या मस्तकावरल्या मण्यानं वाघाची जळलेली शेपटी पहिल्यासारखी कशी होते? इत्यादि प्रसंगांच्या अभिनययुक्त वर्णनात मी रंगून गेलो. रामायण-महाभारतात वाचलेल्या पाताळ वर्णनाला खूप तिखट मीठ लावून मी श्रोत्यांना खूष करून सोडलं.

गोष्ट संपली तेव्हा दोघेही पेंगुळले होते. वाघाच्या शिकारीपेक्षा अवघड असं वाघाची नवी गोष्ट सांगायचं काम हातून पार पाडलं म्हणून देवाचे आभार मानीत मी सुटकेचा सुस्कारा सोडला.

हां हां म्हणता मुलं झोपी गेली. पण मला झोप येईना! सांगितलेल्या गोष्टीतली असंभाव्यता मनाला बेचैन करू लागली. छे! छे! ही गोष्ट की गोष्टीचं सोंग. मुलं चिकित्सक नसतात म्हणून वडील माणसांची अब्रू सुरक्षित राहते! माझ्या श्रोत्यात एखादा प्रौढ मनुष्य असता तर त्यानं हजार शंका काढल्या असत्या. वाघाची फक्त

शेपटीच कशी जळली? नागाच्या मागून वाघ कसा गेला? त्याला जाता येईल एवढं लांब-रुंद भुयार कुणी आधीच खणून ठेवलं होतं का? ते केव्हा? कशासाठी? ज्याला आपण पाताळ लोक म्हणतो तो आहे तरी कुठं?

हे प्रश्न दत्त म्हणून समोर उभे राहण्याइतकी असंबंद्ध गोष्ट आपण कशी सांगितली याचं माझं मलाच नवल वाटू लागलं. मनात आलं, श्रद्धा मनुष्याला नि:शंक करते यात संशय नाही. म्हणून तर लहान पोरांना आकाशातला देव खरा वाटतो. माझ्या गोष्टीतलं पाताळ खरं वाटतं. बालमनाला अद्भुत आणि वास्तव यातली गगनचुंबी भिंत कधीच अडवीत नाही. ते भुर्रकन इकडून तिकडं आणि तिकडून इकडं उडू शकतं. पण आता विज्ञानाच्या वाढत्या प्रभावापुढं बालमनाची ही शक्ती यापुढं टिकून राहील का? का आजचा मनुष्य जसा जीवनविषयक श्रद्धेचे सारे आधार तुटल्यामुळं अस्वस्थ होऊन स्वत:च्या मनाच्या पोकळीत गुदमरून जात आहे, तशी पुढल्या पिढीतल्या चिमण्या जिवांची स्थिती होणार आहे?

प्रश्नाचं उत्तर मला सापडेना. नकळत मन नुकत्याच सांगितलेल्या वाघाच्या गोष्टीकडं वळलं. एकच प्रश्न मनास सतावू लागला. इतकी विचित्र गोष्ट माझ्या तोंडातून बाहेर पडली तरी कशी? उत्तर आलं, ‘अरे बाबा, ही सारी यमकांची किमया! वाघ, आग, बाग आणि नाग हे शब्द एकत्र आणले ते यमकानं. शून्यातून एक विसंगत अद्भुत जग त्यानं निर्माण केलं.’

पण मी तर विद्यार्थीदशेत निर्यमक कवितेचा पुरस्कर्ता होतो. त्यावेळी मोरोपंतांच्या कवितेतल्या ‘आतेला’ आणि ‘आत्तेला’ असल्या ओढून ताणून जुळविलेल्या यमकावर नव्या कवितेचे कैवारी तुटून पडत होते. त्यांची री ओढीत, माझ्यातला अर्धाकच्चा कवी म्हणत असे, कवितेचा यमकाशी काय संबंध आहे? खरं काव्य असतं उत्तुंग कल्पनेच्या आणि उत्कट भावनेच्या विलासात.

यौवन नेहमीच आदर्शांच्या शोधात असतं. आदर्श हा जीवनात अनुभवायला येणारा अपवाद आहे, नियम नव्हे, हे काळे केस पांढरे झाल्याशिवाय माणसाला कळूच शकत नाही. कला असो वा जीवन असो, प्रीती असो वा भक्ती असो प्रत्येक नाणं बावनकशी असायला हवं आणि ते खणखणीत वाजायला हवं असा तारुण्याचा आग्रह असतो.

या हट्टाच्या पोटीच यमकांच्या कृत्रिमतेवर पूर्ववयात मी रुष्ट झालो होतो. पण आज नातवांना गोष्ट सांगताना मधल्या पन्नास-साठ पावसाळ्यातल्या चिखलानं माझे पाय बरबटले होते, जगातल्या संवेदन-शून्यतेच्या गारठ्यानं आत्मा कुडकुडत होता. पूर्ववयातल्या असंख्य रंगीबेरंगी स्वप्नांचे फुटके तुकडे खिशात घालून मी आयुष्याची उतरण उतरत होतो. त्यामुळेच यमकाची कृत्रिमता मला बोचली नसावी.

कृत्रिमता हाच दैनंदिन मानवी जीवनाचा धर्म आहे तसं पाहिलं तर या जगात

कुणाचंही कुणाशी पूर्णपणे पटणं शक्य नाही. पण प्रत्येकाला अनेक व्यक्तींशी आणि अगणित गोष्टींशी जुळवून घ्यावंच लागतं. ही तडजोड मान्य नसेल तर दोनच मार्ग शिल्लक उतरतात. पहिला वेड्यांच्या इस्पितळाचा आणि दुसरा हिमालयातल्या गुहेचा. आई-बाप, भाऊ-बहिणी, पती-पत्नी, सगे-सोयरे, इष्टमित्र, स्नेही-सोबती नातं कोणतंही असो, ते कितीही निकटचं असो, तुझं पीठ आणि माझं मीठ या अलिखित करारावरच दुनिया पिढ्यान्‌पिढ्या चालत आली आहे. आपल्या मनासारखं माणूस उभ्या जगात एकही नसतं. राम आणि सीता यांची भांडणं वाल्मिकीनं वर्णन केली नाहीत हे खरं, म्हणून काय ती कधीच झालीच नसतील? छे! मला नाही हे खरं वाटत. तुमच्या आमच्यापेक्षा त्यांच्या कट्टीची गट्टी लवकर होत असेल एवढंच.

काव्यरचनेशी काडीचाही संबंध नसून आपण सारे सतत यमकं जुळविण्याच्या नादात असतो, असाच नाही का याचा अर्थ होत. भांडणानंतर होणारा नवरा-बायकोचा समझोता आणि महायुद्धाच्या अंती राष्ट्राराष्ट्रात होणारा तह ही दोन्ही माणसाच्या यमकप्रियतेचीच ठळक उदाहरणे आहेत. यमकं जुळविण्याच्या या कृत्रिम धडपडीत एखादं सहजसुंदर यमक जमून जातं, ते मन प्रसन्न करून सोडतं. तेवढ्यापुरतं आपलं आयुष्य सफल झालं असं माणसाला वाटतं. पण जीवनातली पुष्कळशी यमकं ओढून-ताणूनच जुळविलेली असतात. त्यातली बनवाबनवी आपल्याला टोचत राहते. पण या कृत्रिम जुळणीशिवाय माणूस जगूच शकत नाही. त्याला कोण काय करणार? विलक्षण विसंगतींनी भरलेल्या या विश्वाच्या पसाऱ्याला माणूस धड उराशी कवटाळून धरू शकत नाही किंवा त्याच्याकडे पाठ फिरवून दूरही जाऊ शकत नाही. या पसाऱ्याशी कसेबसे जुळवून घेणे एवढाच मार्ग त्याला मोकळा असतो. मग तुम्हीच सांगा, अत्यंत विसंगत अशा गोष्टींशी कसं जुळवून घ्यावं हे शिकवायला यमकाइतका श्रेष्ठ गुरू या जगात दुसरा कोण आहे?

रविवार सकाळ (दिवाळी, १७ ऑक्टोबर, १९६९) ■

दोन पुस्तके

नातवाचे आजोबास पत्र म्हणजे एका बाजूने प्रेमपत्र आणि दुसऱ्या बाजूने आज्ञापत्र. हिंदी प्रदेशात राहणाऱ्या माझ्या नातवानं मला लिहिलं होतं, 'छान छान गोष्टीची पुस्तकं पाठवून द्या मला.'

माझा नातू आठ नऊ वर्षाचा. अलिकडच्या बालवाङ्मयाशी माझा तसा परिचय नाही. असणार तरी कसा? गीतारहस्य वाचण्याच्या काळात कुणी रहस्यकथा वाचत बसत नाही!

मी सरळ उठून गावात गेलो. ओळखीच्या पुस्तक विक्रेत्याच्या दुकानात शिरलो आणि अलिकडची चांगल्या चांगल्या गोष्टींची सात-आठ पुस्तके द्यायला त्यांना सांगितले. ते पुस्तक काढू लागले न लागले तोच माझ्या तोंडून शब्द गेले, 'अरबी भाषेतील सुरस आणि चमत्कारिक गोष्टींचे भागही द्या!'

दुकानदारानी माझ्याकडे आश्चर्यानं पाहिले. म्हातारपण म्हणजे दुसरं बालपण ही उक्ती खरी असल्याची खात्री पटली असावी त्यांना!

मी पुढे म्हणालो, 'रामायणातल्या गोष्टींचं चांगलंसं पुस्तकही घाला त्यात. ही दोन्ही नावे माझ्या तोंडून नकळत निघून गेली. मग माझ्या लक्षात आलं, बालपणापासून वृद्धपण फार दूर असले तरी लहानपणी जिच्यावर प्रीती जडलेली असते ती गोष्ट माणसाच्या अंर्तमनात सदैव लपून बसलेली असते. समुद्राच्या अंतरंगात स्वच्छंदपणे वावरणारा मासा उसळी घेऊन वर यावा, त्याप्रमाणं अशा आवडीच्या गोष्टी एकदम मनाच्या पृष्ठभागावर येतात. मग त्या गोष्टी पेढे-बर्फीसारखे खाद्य पदार्थ असोत किंवा मी मागितलेल्या दोन पुस्तकांसारखी गोष्टींची पुस्तके असोत!'

त्या पुस्तकात मी 'अल्लदिनचा दिवा' शोधू लागलो. पण त्याचा शोध मला लागण्यापूर्वीच हंटले पामर्सची खुसखुशीत बिस्किटे माझ्या डोळ्यापुढं नाचू लागली. जिभेला पाणी सुटतेय की काय असे वाटले. 'अल्लादिनचा दिवा' ही गोष्ट मी पहिल्यांदा वाचली तो दिवस आठवला. तो दिवस होता आषाढी एकादशी. शाळेला

सुट्टी म्हणजे अभ्यासाला बुट्टी! माझा दोस्त बन्या आमच्या शेजारी राहात होता. त्याच्या घरी नेहमी काही तरी नवे वाचायला मिळायचे मला. मी बन्याच्या घराकडे मोर्चा वळवला. अरबी भाषेतल्या सुरस गोष्टींचे भलेमोठे पुस्तक जाजमावर पडले होते. मी ते उचलले आणि अधाशीपणाने वाचू लागलो. त्या पुस्तकात मी इतका रंगून गेलो की अवतीभवती काय चाललंय याची शुद्ध मला राहिली नाही.

बन्या मोठा मिस्किल, गमतीदार, खोड्या करण्यात पटाईत. माझी वाचन समाधी लागलेली पाहून त्याने एक बशी माझ्याजवळ आणून ठेवली. माझा हात सहज त्या बशीला लागला. तिच्यात काही तरी खाद्य वस्तू आहे हे त्या हाताला जाणवले. त्याने एकेक छोटे बिस्किट उचलून तोंडात टाकायला सुरुवात केली. मी वाचीत असलेल्या गोष्टीइतकी ती बिस्किटेही चविष्ट होती. नकळत सारी बशी मी फस्त केली. मग बन्या माझ्याजवळ आला आणि मला हलवून म्हणाला, 'अहो राजश्री, केवढं मोठं पाप घडलं आज तुमच्या हातून! आज आषाढी एकादशी, नि तू बिस्किटावर चांगला ताव मारलास! ती बिस्किटं तरी कसली शुद्ध परदेशी!'

बन्याचे शब्द कानी पडताच माझे विमान पृथ्वीवर कोसळले. त्या काळात भुतेखेते, देवदेवता, उपासतापास, व्रतवैकल्ये यांच्याविषयी अनेक भोळ्याखुळ्या कल्पना माझ्या मनात होत्या. आपण उपास मोडला, चित्रगुप्त पापाची नोंद आपल्या वहीत करणार. या पापाबद्दल मरणानंतर आपल्याला जबर शिक्षा भोगावी लागणार या कल्पनेनं माझे मन दिवसभर बेचैन झाले.

त्यावेळचा धर्मभोळेपणा पुढे उघड्यावर ठेवलेल्या कापरासारखा आपोआप उडून गेला. पण ही आठवण मात्र अल्लादिनच्या दिव्याला चिकटून राहिली.

पुस्तकातली गोष्ट मला सापडली होती. मी ती वाचू लागलो पण बाळपणीसारखे माझे मन आता तिच्यात रमेना. बाळ मैत्री पुष्कळ वर्षांनी आपल्याला भेटावी आणि तिचा तोंडवळाही आपल्याला ओळखता येऊ नये तशी माझी स्थिती झाली. त्या आषाढी एकादशीनंतर ती गोष्ट मी अनेकदा वाचली होती. इंग्रजी शाळेतही तिची माझी गाठभेट झाली होती. पण हे सारं घडल्यानंतर साठाहून अधिक पावसाळे उलटून गेले होते. त्यानी त्या गोष्टीचा गुलाबी रंग साफ धुवून काढला होता.

मी पुस्तक बाजूला ठेवले. ही गोष्ट त्या काळात मला अतिशय आवडत होती. त्या बालवयात माझ्या मनाचं पाखरू भुर्रकन उडून गेलं. त्यावेळी कितीदा तरी माझ्या मनात आलं होतं, अल्लादिनच्या दिव्यासारखा एखादा जादूचा दिवा आपल्याला सापडावा! हातातला दिवा थोडासा घासला की, समोर हरकाम्या राक्षस हात जोडून उभा! त्याला कुठलीही कामगिरी सांगा. मारुतीप्रमाणं डोंगर उचलून आणायची आज्ञा करा अथवा एका रात्रीत ताजमहाल उभारण्याचा हुकूम सोडा– 'जी हुजूर' म्हणून ते काम पार पाडायला स्वारी एका पायावर तयार!

भुताखेतांना भिण्याचे वय होते ते माझं. तरीही हा राक्षस मला हवाहवासा वाटला. तो आपल्यापुढं दत्त म्हणून उभा राहिला तर त्याला कोणकोणती कामे सांगायची, याची एक यादी मी मनातल्या मनात करून ठेवली होती. पहिले काम होते– एका मास्तरांची उचलबांगडी. फार मारकुटे होते ते. पण तसेच कमालीचे भित्रे. इन्स्पेक्टर किंवा कुणी अधिकारी वर्गात आले की, त्यांच्या कपाळावर घामाचे टपोरे थेंब उभे राहात. अशावेळी पुस्तक उचलताना त्यांचा हात थरथर कापू लागे. मी माझ्या राक्षसाला हुकूम फर्मावणार होतो– मध्यरात्री मास्तरांच्या घरी जा, त्यांचा बिछाना अलगद उचल, तो स्मशानात नेऊन ठेव. माझ्या या कल्पनेवर मी बेहद्द खूष होतो– सकाळी जाग आल्यावर आपण कुठे आहोत याची कल्पना येताच मास्तरांची बोबडी वळेल! ही गंमत पाहायला आपण तिथे अवश्य हजर असायला पाहिजे, पण स्मशान कुणीकडच्या बाजूला आहे हे ठाऊक असेल तरी तिथे जायचे मलाही भय वाटत होते. म्हणून राक्षसाला द्यायच्या हुकूमात मी थोडी दुरुस्ती केली– 'झोपलेल्या मास्तरांना बिछान्यासकट उचलून कृष्णेच्या घाटावर नेऊन ठेव.'

पण हे सारे मनोराज्य मनातल्या मनातच राहिले. अल्लादिनचा दिवा मला कधी मिळालाच नाही.

मी रामायणातल्या गोष्टीचे पुस्तक उचलले. माझ्या मनात आले. बालपणी जिवाचा कान करून ऐकलेल्या गोष्टीही आता अल्लादिनच्या दिव्यासारख्या खोट्या वाटू लागणार की काय? रामायणात काय कमी अद्‌भुतपणा आहे? राम आणि सीता ही दोघेही काही तुमच्या-आमच्यासारखी साध्या, सरळ रीतीने जन्माला आलेली नाहीत. यज्ञदेवतेने प्रसाद म्हणून दिलेल्या पायसातून राम जन्माला आला. सीता तर शेत नांगरताना सापडलेली धरित्रीची कन्या. रामायणात राक्षस तरी काय थोडे आहेत? जिथे पहावे तिथे चित्रविचित्र राक्षसांचा सुकाळ– यज्ञयागात, दंडकारण्यात आणि खुद्द लंकेतही कुणाला धड आहे तर डोके नाही, कुणी चुटकीसरशी कांचनमृगाचे रूप धारण करतो तर कुणी खुशाल आपल्या रथाचे घोडे आकाशमार्गाने दौडत नेतो– एक ना दोन, अद्‌भुतांची भाऊगर्दी रामायणातही आहे.

असे असूनही कोणत्याही निमित्ताने रामायणाची ही कथा मनात घोळू लागली की आजही विलक्षण आनंदाचे काही क्षण मला लाभतात. असे का व्हावे, याचा मी विचार करू लागलो.

रामकथेचे बाह्यरूप अद्‌भुताने नटले असेल तरी तिचा आत्मा वास्तव आहे, हेच खरे. रामायणात सुंदर, तरुण पत्नीवर लुब्ध असणारा वृद्ध पती आहे, सवतीच्या मुलाकडे जाणारा सिंहासनाचा अधिकार आपल्या मुलाला मिळावा म्हणून हट्ट धरणारी आई, प्रिय पतीबरोबर हसतमुखाने चौदा वर्षांचा वनवास स्वीकारणारी पत्नी आहे. राग, लोभ, प्रेम, द्वेष, सेवा, सूड इत्यादि मानवी स्वभावातल्या

भावभावनांची व विकार विचारांची कविप्रतिभेनं रंगविलेली अमर चित्रे येथे आहेत. सारे कुरुप-सुरूप मानवी जीवन अद्‌भुताची भरजरी वस्त्रे लेवून या कथेत प्रगट झाले आहे. आबालवृद्धांना ती मोह घालू शकते याचे कारण हे असावे.

अद्‌भुताच्या अगदी भिन्न अशा दोन जाती असतात. पहिली जात असते केवळ कल्पिताची 'अलिबाबाची गोष्ट' हा तिचा उत्तम नमुना. त्याची दुसरी जात असते कल्पनारम्यतेच्या कोंदणातून प्रगट होणाऱ्या दाहक वास्तवाची.

रामकथा हे या दुसऱ्या प्रकारच्या अद्‌भुताचे उत्कृष्ट उदाहरण. व्यक्तीच्या किंवा समाजाच्या बाल्यावस्थेत पहिल्या प्रकारची अद्‌भुताची मोहिनी जबरदस्त असते. चेटूक, जादूटोणा, मंत्रतंत्र, भुतेखेते वगैरे गोष्टी जशा लहान मुलाला खऱ्या वाटतात, तशच त्या मानवी जातीच्या बाल्यावस्थेत प्रौढांच्याही श्रद्धेचा विषय बनतात. जसजशी ज्ञानविज्ञानाची प्रगती होऊ लागते, तसतसे पहिल्या प्रकारचे अद्‌भुत प्रौढांना खोटे वाटू लागते. दुसऱ्या प्रकाराच्या अद्‌भुताची गोष्ट मात्र निराळी आहे. ते वास्तव जीवनाला सर्व बाजूंनी वेढून उभे असते. जन्म, प्रेम आणि मृत्यू या मानवी जीवनातल्या जितक्या अद्‌भुत तितक्याच वास्तव अशा तीन प्रमुख घटना. पहिलीतली रम्यता, दुसरीतले माधुर्य आणि तिसरीतले कारुण्य ज्याच्या परिचयाचे नाही असा मनुष्य उभी पृथ्वी धुंडाळूनही सापडणार नाही. अद्‌भुताचे हे वलयच कुरूप वास्तवाशी माणसाला सदैव बांधून ठेवीत असते.

'रामायण' व 'अरबी भाषेतल्या गोष्टी' ही दोन्ही पुस्तके मी बालवयात जवळजवळ एकाच वेळी वाचली. त्यावेळी ती दोन्ही मला फार फार आवडली. त्यांची मी पारायणे केली. पण आता मागे वळून पाहिले की, ती दोन्ही मला सारखीच आवडत होती याचे आश्चर्य वाटते. आजही मला समग्र रामायण वाचण्याची लहर येते. मात्र अरबी भाषेतल्या गोष्टीत माझे मन पूर्ववत् रमू शकत नाही. याचे कारण एकच असावे. त्याकाळी मी आयुष्य जगलो नव्हतो. जगाची आणि जीवनाची मला काही कल्पना नव्हती. वास्तवांचे चटके त्यावेळी बसत नव्हते असं नाही, पण त्याच्यापासून दूर पळून जाण्याखेरीज मला दुसरे काही करता येत नव्हते. अल्लादिनला जादूचा दिवा मिळावा, त्याने तो घासताच त्याचा बंदा गुलाम असलेला राक्षस त्याच्यापुढं हात जोडून उभा राहावा आणि त्याने अल्लादिनची प्रत्येक इच्छा क्षणार्धात पूर्ण करावी, हे सारे जणू माझ्या बालमनाचेच प्रतिबिंब होते. अक्षर ओळख नसलेल्या बालकाने तत्त्वज्ञानाच्या ग्रंथावरून नजर फिरविली तरी त्याला त्याचा काही अर्थबोध होत नाही. माझीही तशी स्थिती होती. स्वप्नरंजन हा दाहक वास्तवापासून दूर पळून जाण्याचा एकमेव मार्ग! तो तेवढा त्यावेळी मला मोकळा होता. चमत्कारानी भरलेल्या अरबी भाषेतल्या गोष्टीत माझं मन त्या काळी रमलं ते यामुळे.

पण जन्मभर कुणीही स्वप्नरंजनात मश्गुल होऊन राहू शकत नाही. जीवनाचा

ग्रंथ कितीही दुर्बोध आणि अवघड असला तरी प्रत्येकाला आपापल्या परीने त्याचा अर्थ लावण्याचा प्रयत्न करावाच लागतो. हा अर्थ लावता लावता उग्र, कठोर आणि दाहक वास्तवाकडे निरखून पाहण्याचे व त्याला सामोरे जाण्याचे सामर्थ्य त्याच्या अंगी येते. रामकथा जन्मभर माझी सोबत करीत आली याचे कारण तिच्या अंतरंगात असलेली दाहक वास्तवाची जाणीव करून देण्याची शक्ती हेच होय. बालपणी तिच्यातील अद्‌भुताने माझ्या मनावर पगडा बसवला हे खरे. पण ठेचाळत ठेचाळत आयुष्याची वाट चालताना तिने मला अनेकदा धीरही दिला आहे. रामायणातील अनेक पात्रे वेष बदलून निरनिराळ्या रूपाने आपल्या भोवतीच वावरत आहेत असा भास प्रौढ वयात जेव्हा सामान्य माणसाला होतो, तेव्हाच तिचे मोठेपण त्याच्या प्रत्ययाला येते. अल्लादिनचा दिवा हा शेवटी जादूचा दिवा राहतो, पण रामकथा मात्र आयुष्याच्या उत्तरार्धात दीपस्तंभ बनते. आभाळ काजळून गेलेलं असो, समुद्रावर तुफानाने थैमान मांडलेले असो, अक्राळ-विक्राळ भासणाऱ्या खडकांनी नौकेची वाट अडविलेली असो, दीपस्तंभ कशाचीही कदर न करता या नौकेला प्रकाश दाखविण्याचे कार्य शांतवृत्तीने करीत राहतो. रामकथा मला आजही अतिशय आवडते. तिचे चिंतन करताना जीवनाचा खोलखोल अर्थ नव्याने उमगू लागतो. आयुष्य हे मंगल-अमंगलाच्या अखंड संघर्षांचे एक क्रीडांगण आहे याची जाणीव होऊ लागते. मग सर्व प्रकारची दुःखे आणि संकटे सोसण्याचे बळ अंगी येते.

रविवार सकाळ (दिवाळी अंक), ५ नोव्हेंबर, १९७२ ■

सनातन यक्षप्रश्न

कथा आहे तशी अगदी अलिकडची, दहा-पंधरा वर्षांपूर्वी घडलेली. म्हणजे कलियुगातलीच! मात्र तिच्यातल्या एका पात्राचं वर्तन थोडसं सत्ययुगाला शोभणारं आहे. आजच्या जमान्यात ते काहींना खरंही वाटणार नाही. पण त्या व्यक्तीला मी ओळखतो. तिच्या स्वभावाशी माझा चांगला परिचय आहे. आत्मप्रौढीकरिता तिनं पुढं दिलेली हकीकत सांगितलेली नाही अशी माझी खात्री आहे.

कथा तशी साधी आहे. तिच्यात पात्र अवघी दोन. पोस्टमास्तर असलेली एक व्यक्ती आणि व्यापारी उलाढाली करणारा एक इसम. व्यापाऱ्याला काही जमीन तातडीनं खरेदी करायची असते. व्यवहार पुरा करायची तारीख ठरलेली. तारीख मुहूर्तासारखी अगदी जवळ येऊन ठेपलेली; पण खरेदी पक्की होऊन कायदेशीर नोंदणी व्हायला एक गोष्ट आडवी येते. एकंदर रकमेत तीन हजार रुपयांच्या सहा मनीऑर्डर्स व्यापाऱ्याने मागविलेल्या असतात. पण त्या स्थानिक पोस्टात येऊन दाखल झालेल्या नसतात. ते तीन हजार रुपये आज ना उद्या निश्चित येणार आहेत, याची खात्री जमिनीच्या मालकाला आणि नोंदणी अधिकाऱ्याला पटवून देणं जरूरीचं असतं. ते झालं नाही तर, सौदा फिसकटणार व भविष्यकाळाच्या दृष्टीनं सोन्याचा तुकडा असलेली ती जमीन आपल्या हातून निसटून जाणार या कल्पनेनं व्यापारी गडबडतो. तो पोस्टमास्तरकडे येतो. आपली सारी हकीकत सांगतो. पोस्टमास्तर एक युक्ती सुचवतो– जिथून त्या मनीऑर्डरी यायच्या असतात, तिथल्या पोस्टात ट्रंककॉल करून व्यापाऱ्याच्या नावे त्या सहाही मनीऑर्डर्स झाल्या आहेत किंवा नाही याची चौकशी करायची. मनीऑर्डर्स झाल्या आहेत आणि त्या एक-दोन दिवसांत मिळतील असे कळते. जमिनीचा मालक आणि नोंदणी-अधिकारी ह्यांना आपल्या जबाबदारीवर पोस्टमास्तर ती गोष्ट सांगतो.

पोस्टमास्तरच्या ह्या प्रसंगावधानामुळं सौदा मोडत नाही. यथाकाल मनीऑर्डर्स येतात. खरेदीखत होते. आपले फार मोठे काम पोस्टमास्तरने केले म्हणून व्यापारी

त्याला काही रक्कम देऊ लागतो; पण नाकासमोर जाणारा तो मनुष्य ती स्वीकारीत नाही. ह्या प्रामाणिकपणामुळे व्यापाऱ्याला त्याच्याबद्दल अधिकच कृतज्ञता वाटू लागते. त्याचा निरोप घेताना तो म्हणतो, 'मास्तर, तुमची एक गोष्ट मात्र मी ऐकणार नाही. आमच्या घरी सुगीला आंबेमोहोर तांदूळ पुष्कळ येतो. त्यातलं एक पोतं मी तुम्हाला पाठवून देईन. ते तुम्ही घेतलंच पाहिजे. नाही म्हणून चालायचं नाही. अहो, मित्र मित्राच्या घरी जेवायला जात नाही का? त्यातलाच हा प्रकार आहे असं समजा. पण ते पोतं तुम्हाला घ्यावंच लागेल. तुम्ही घेतलं नाहीत तर मी तुमच्या दारात बसून सत्याग्रह करीन.'

ह्या गोष्टीनंतर दहा-पंधरा पावसाळे आले आणि गेले. आंबेमोहोर तांदूळही प्रतिवर्षी पिकला. पण त्या व्यापाऱ्याकडून आंबेमोहोराचं पोतं तर सोडाच, पण पायली दोन पायली तांदूळही पोस्टमास्तरांकडे आले नाहीत. बदली होऊन तो गावी गेला. त्या व्यापाऱ्याची आणि त्याची पुन्हा कधी गाठभेट झाली नाही; बहुधा तो व्यापारी हे सारं पूर्णपणे विसरून गेला असावा.

ही कथा मी ऐकली तेव्हा त्या व्यापाऱ्याला मी मनातल्या मनात हसलो. तुमच्यापैकी बहुतेकांनाही असंच क्षणभर हसू येईल. पण मला वाटतं, आपण सारी, लहान-मोठी संसारी माणसंपण त्या व्यापाऱ्यासारखीच असतो. हरघडी आपण त्याच्यासारखेच वागतो. कुठल्यातरी भावनेच्या उमाळ्यानं आपण क्षणभर बेहोष होतो. स्वतःभोवतालची व्यवहाराची सारी सारी काटेरी कुंपणं आपण ओलांडतो; पण तो क्षण निघून गेला, म्हणजे आकाशातलं इंद्रधनुष्य दिसतं न दिसतं तोच लोपून जावं त्याप्रमाणं त्या भावनेला आपण पारखे होतो. गडकऱ्यांनी आपल्या 'अनामिकाच्या अभंगात' माणसाचं खरं स्वरूप उघड केलं आहे. ते म्हणतात, 'पांडुरंगा आम्ही युगाचे दुर्जन। क्षणाचे सज्जन पश्चात्तापे॥'

त्या व्यापाऱ्याची कृतज्ञता क्षणिक होती. पोस्टमास्तरने आपले मोठे काम केले असे वाटताच त्या क्षणी तो त्याला बक्षीस म्हणून चांगली घसघशीत रक्कम द्यायला निघाला. त्यानं ती घेतली नाही व कुठलीही अपेक्षा व्यक्त केली नाही. तरीदेखील व्यापाऱ्यानं आंबेमोहोराचं पोतं त्याच्या माथ्यावर लादण्याची जाहीर प्रतिज्ञा केली. हा सारा खेळ मिनिटा-दोन मिनिटांत आटोपला असेल. समुद्रात भरतीच्या वेळी डोंगराएवढी मोठी लाट उठावी आणि बघता बघता फुटून ती समुद्राच्या पाण्यात नाहीशी व्हावी, तशी या कृतज्ञतेची स्थिती झाली. पुन्हा त्या दोघांची मुंबईच्या रस्त्यात गाठ पडली असती, तर व्यापाऱ्याने पोस्टमास्तरला ओळखलं असतं की नसतं देव जाणे!

प्रत्येक प्रौढ व्यक्तीनं मागं वळून आपलं गत आयुष्य तटस्थपणानं पाहावं! चालून आलेल्या आयुष्याच्या मार्गावर अशा क्षणिक कृतज्ञतेचे नानाविध, रंगीबेरंगी

तुकडे त्याला दिसल्याशिवाय राहणार नाहीत. बालपणी आईबाप हेच बालकाच्या संरक्षक किल्ल्याचे बुरूज असतात. त्यांच्या पलीकडं लहान मुलाच्या लेखी फारसं जग अस्तित्वात नसतं. पण त्या आईबापांनी आपल्यासाठी खाल्लेल्या खस्ता, केलेल्या काळज्या आणि सोसलेल्या हालअपेष्टा मोठेपणी कितीशा माणसांना उत्कटतेनं आठवतात? प्रथम वार्धक्याकडं व नंतर मृत्यूकडं अगतिकपणे वाहात जाणारं त्यांचं जीवन सहानुभूतीनं पाहावं, त्यांचे स्वभाव-दोष पोटात घालावेत आणि त्यांच्या मनामधे शिरून तिथला अनामिक काळोख घटका-दोन घटका उजळवून टाकावा असं कितीशा तरुण-तरुणींच्या मनात येतं? ऐन उन्हाळ्यात भर उन्हातून माळ तुडवीत जाण्याची पाळी आपणावर यावी, गरम वाऱ्यांनी सारं शरीर तापून जावं, घशाला कोरड पडावी आणि मग मधेच आढळणाऱ्या एखाद्या झाडाच्या सावलीत आपण विसावा घ्यावा, पण त्या झाडाची आठवण मुक्कामाला पोहोचल्यावर होऊ नये, तसंच आपल्या कृतज्ञतेच्या क्षणिक लहरीच्या बाबतीत बहुधा घडत असतं. आई-बाप, बहिण-भाऊ, आप्त-इष्ट, स्नेही आणि सुहृद, व्यवसायाच्या निमित्तानं आणि नियतीच्या स्वच्छंद क्रीडेनं आपल्याशी निकटचा संबंध असलेले नाना प्रकारचे लोक आणि अगणित अनामिक व्यक्ती ह्या सर्वांचं आपण थोडं ना थोडं ऋण लागत असतो. ते ऋण ज्या वेळी आपण घेतो त्यावेळी त्याची आपल्याला चांगली जाणीव असते. पण हां हां म्हणता जाणिवेचे ते मंतरलेले क्षण हरवून जातात; आणि आपण बधिर मनानं, जीवनाच्या चाकोरीतून पुढे चालू लागतो.

जी गोष्ट कृतज्ञतेची, तीच सत्य, न्याय, करुणा, समता इत्यादी मनुष्याला पशूहून अलग करणाऱ्या आणि उच्च स्तरावर नेणाऱ्या अनेक सद्भावनांची. या साऱ्या भावना प्रसंगपरत्वे आपल्या मनाला स्पर्श करतात. कुठलातरी अनामिक सुगंध आपल्या अंत:करणाला मोहित करतो. पण हे सारं क्षणभंगूर असतं. कोणतीही उत्कट सद्भावना यज्ञकुंडातल्या अग्नीप्रमाणं सतत सांभाळून ठेवण्याचं सामर्थ्य सामान्य मनुष्याच्या अंगी नसतं हेच खरं.

जिथं महाभारतातल्या धर्मराजावर 'नरो वा कुंजरो वा' असे उद्गार काढून आपल्या गुरूला फसवण्याची पाळी आली, तिथं सूर्याहूनही प्रखर असलेल्या संपूर्ण सत्याची उपासना, अंध स्वार्थानं लडबडलेल्या संसारी माणसाच्या हातून कशी होणार? लहानपणी आईबापाचा किंवा शाळेतल्या शिक्षकांचा मार चुकविण्याकरिता, तरुणपणी प्रपंच नावाची जी अजब सर्कस आहे तिची व्यवस्था पाहण्याकरिता आणि म्हातारपणी आंधळ्या अहंकाराचं समाधान करण्याकरिता, माणसं किती खोटं बोलत असतात याची गणतीच करता येणार नाही. खरोखर, परलोकात एखादा चित्रगुप्त असेल आणि माणसांच्या पाप-पुण्याचे हिशोब तो अगदी बारकाईनं नोंदवून ठेवत असेल, तर सत्याचा जयजयकार करीत मनुष्यप्राणी असत्याचा जो पावलोपावली

आश्रय करीत असतो त्याची टिपणं करणारा त्याच्या हाताखालचा कारकुनांचा तांडा दिवसादिवसाला वेड लागून निकामी होत असला पाहिजे. खरं बोलण्याची इच्छा माणसाच्या मनात अधुनमधून वर डोकं काढते, नाही असं नाही. पण, आपली इच्छा आणि आपली जीभ यांची गोत्रं सहसा जुळत नाहीत हेच खरं!

रस्त्यानं जाताना एखाद्या झाडाखाली बसलेला महारोगी आपण पाहतो. संमिश्र भावनांचे काहूर आपल्या मनामधे दाटून येतं. त्यात करुणाही असते. आपण खिशात हात घालतो. त्याच्या अंगावरून जाता जाता एखादं लहानसं नाणं त्याच्या पुढ्यातल्या कळकट थाळीत फेकतो. मात्र आपण क्षणभरही तिथं थांबत नाही. त्याची विचारपूस करत नाही. किंबहुना झपझप पावलं टाकून पुढं गेल्यावर आपण त्याला विसरून जाण्याचा प्रयत्न करतो. तो महारोगी आणि आपण यांच्यामधे एक अतूट नातं आहे. देवाची अवकृपा झाली असती, तर त्याच्यासारख्या व्याधिग्रस्त आणि परित्यक्त स्थितीत आपणालाही दिवस कंठावे लागले असते, या विचाराचं मूळ आपण आपल्या मनात रुजू देत नाही. उंबरासारखी काही काही झाडं घराजवळ वाढू दिली जात नाहीत. त्यांची पाळंमुळं हळूहळू पसरतात आणि घराच्या सुरक्षितपणाला धोका आणतात असं म्हणतात. सर्वसामान्य माणूसही याच पद्धतीनं वागतो. सद्भावनेच्या स्पर्शानंतर मनामधे विचारांचं जे वादळ सुरू होण्याचा संभव असतो, त्याला संवेदनेची खिडक्या-दारं बंद करून तो बाहेरच्या बाहेर थोपवून धरतो.

असले अनेक अनुभव लक्षात घेतले म्हणजे मनात येतं, माणसाचं मोठेपण जसं त्याच्या क्षणिक सज्जनतेत आहे, तशीच त्याची सारी दुःखं, ही 'सज्जनता क्षणभंगुर असते', या कटुसत्याच्या पोटीच दडलेली आहेत. माणूस ही काय वल्ली आहे, याचा शोध प्राचीन काळापासून घेण्याचा प्रयत्न शतकानुशतकं चाललेला आहे; पण तो घेणाऱ्यांच्या पदरात आतापर्यंत काय पडलं आहे? व्यासासारख्या असामान्य प्रज्ञावंताला, 'धर्माचं पालन करा, धर्म तुमच्या सर्व कामना पूर्ण करील असं मी सर्वांच्या कानीकपाळी ओरडत आहे, पण माझा हा आक्रोश शुद्ध अरण्यरुदन ठरत आहे' असे उद्गार अत्यंत व्यथित मनानं काढावे लागले. सॉक्रेटिससारख्या तत्त्वचिंतकाला परखड सत्याच्या पुरस्कारासाठी विषाचा प्याला घ्यावा लागला. ह्या जुन्या काळच्या गोष्टी क्षणभर बाजूला ठेवूया. मानवी संस्कृतीनं गेल्या शतकात गरुडाच्या पंखांनी प्रगतीचा मार्ग आक्रमिला असा दावा आपण करतो. या शतकातले महात्मा गांधी आणि बर्ट्रांड रसेल हे दोन थोर पुरुष. दोघंही स्वतंत्र बुद्धीचे चिंतक. दोघंही मानवाला सुख आणि शांती यांचा लाभ कसा होईल याची रात्रंदिवस विवंचना करणारे. दोघांनीही आपापल्या प्रयोगशाळेत मनुष्यप्राणी ही काय चीज आहे याची चिकित्सा करून पाहिली. गांधीजींनी निष्कर्ष काढला– माणसात एक दिव्य ठिणगी असते. 'ठिणगीचा साक्षात्कार जर मला झाला नसता, तर जीवन निरर्थक आहे असं

मी म्हटलं असतं'– अशा अर्थाचे त्यांचे उद्‌गार प्रसिद्ध आहेत. रसेल-साहेबांचा निष्कर्ष सर्वस्वी भिन्न आहे. त्यांनी एके ठिकाणी लिहिलं आहे– मानवाचं बहिरंग खरवडून काढा, म्हणजे आत लपलेला पशू तुमच्या दृष्टीला पडेल.

गांधीजी व रसेल यांच्या निष्कर्षांतलं अंतर दोन ध्रुवांइतकं मोठं आहे. दोघेही खरे आहेत. पण दोघांचीही सत्यं दुर्दैवानं अर्धसत्यं आहेत. गांधीजी ज्या अनुभूतीला दिव्य ठिणगी म्हणतात ती सहज प्राप्त होणारी दैवी देणगी असो अथवा संस्कृतीनं निर्माण केलेलं परिमाण असो, तिचं अस्तित्व कुणालाही नाकारता येणार नाही. पण ती दिव्य ठिणगी बहुधा राखेच्या प्रचंड ढिगाऱ्याखाली दडपून गेलेली असते. महात्मे, साधुसंत आणि उदात्त प्रकृतीची माणसं तिच्यावरली राख दूर सारून ती फुलावी म्हणून प्राणपणानं आयुष्यभर तिला फुंकर घालत राहतात. पण सर्वसामान्य संसारी व्यक्तीला ही साधना सहसा जमत नाही, नकळत त्याच्यातली ही ठिणगी राखेच्या ढिगाऱ्यात हळूहळू विझून जाते. क्षुद्र स्वार्थ, आंधळा अहंकार आणि विविध शरीरसुखांची अनावर लालसा यांच्याभोवती प्रदक्षिणा घालत बसणाऱ्या त्याच्या मनाला ह्या ठिणगीच्या अस्तित्वाचं भानच राहात नाही. मन हलवून सोडणाऱ्या भीषण, उग्र, भव्य किंवा उदात्त घटनेचा झंझावात एखाद्यावेळी सुटतो. त्या ठिणगीवरची राख क्षणार्धात उडून जाते. ठिणगी चमकते. पण ती चमक अल्पजीवी ठरते. पुन्हा नवी राख तिच्यावर साचू लागते.

माणसाचं हे स्वरूप पाहूनच महात्मा गांधींना सार्वजनिक सभेत एका वृद्ध साम्यवादी कामगारानं प्रश्न केला होता– 'तुम्ही प्रेमाच्या बळावर माणसाला सुधारू इच्छिता; पण दोन हजार वर्षांपूर्वी ख्रिस्तानं हाच मार्ग चोखाळून पाहिला होता. ह्या दोन हजार वर्षांत माणूस कितीसा बदललाय?' गांधीजींनी स्मितपूर्वक त्याला उत्तर दिलं होतं– 'माणसाच्या अंतरंगात बदल व्हायला दोन हजार वर्षं हा काळ फार अपुरा आहे.'

गांधीजींचं हे म्हणणं एका दृष्टीनं खरं आहे. पण हजारो किंवा लाखो वर्षांनी मानवप्राणी क्षणाचा सज्जन न राहता सदाचा सज्जन होईल हे गृहित धरलं तरी, त्या स्वत:ला कधीही न दिसणाऱ्या सोन्याच्या दिवसावर दृष्टी स्थिर करून मानवाला सुधारण्याची कामगिरी करीत राहण्याचा उत्साह कितीशा लोकांच्या अंगी असणार? अशा वेळी शॉसारख्या बुद्धिवादी नाटककारानं 'सेंट जोन' ह्या नाटकाच्या शेवटी नायिकेच्या तोंडी जे आर्त उद्‌गार घातले आहेत, तेच आपल्याला गांधीजींच्या आशावादापेक्षा अधिक जवळचे वाटतात. ती उद्‌गारते– 'परमेश्वरा! ही तुझी पृथ्वी सज्जनांनी आणि पुण्यवंतांनी शांतपणानं राहण्याला योग्य अशी केव्हा होणार आहे?'

मध्य युगातील सेंट जोनचा हा करुण प्रश्नच इतिहासाच्या पानापानांतून

निनादत आहे. ख्रिस्तापासून मार्टिन ल्युथर किंगच्या आणि भगवान बुद्धापासून महात्मा गांधीपर्यंतच्या महामानवाच्या जीवनगाथांतून त्यांचे प्रतिध्वनी क्षणाक्षणाला उमटत आहेत. पण त्याचं उत्तर परमेश्वराकडून आतापर्यंत मिळालेलं नाही. पुढंही मिळणार नाही. ते उत्तर द्यायचं आहे मानव जातीनं– 'मी माणूस आहे'– या गोष्टीचा रास्त अभिमान बाळगणाऱ्या प्रत्येक सामान्य मनुष्यानं!

धरती, दिवाळी, १९७२ ■

ताटी उघडा ज्ञानेश्वरा

सकाळी जाग येताच मला आठवण होते ती दोन गोष्टींची– पहिली, प्रात:कालच्या मंद, शीतल वायुलहरी; दुसरी, चहाचे गरम गरम घोट! मग तो चहा बिनसाखरेचा का असेना!

या दोन गोष्टी पदरात पडल्याशिवाय, ललित लेखकांच्या भाषेत बोलायचं म्हणजे, 'माझा मूड लागत नाही.' झोपेत पांघरुणाप्रमाणं माणसाचं मनही विस्कटून जात असावं! या दोन उत्तेजक पदार्थांशिवाय माझ्या अस्ताव्यस्त झालेल्या मनाची घडी नीट बसत नाही. समुद्रात छातीएवढ्या पाण्यात उभं राहून भरतीच्या लाटांचा सुखद स्पर्श अंगभर अनुभवावा, तसा मी सकाळच्या सौम्य, सुगंधित झुळुकांचा अनुभव घेतो. विज्ञानातलं मला फारसं कळत नाही. परंतु या हवेत प्राणवायू भरपूर भरलेला असावा, असं लहानपणापासून मला वाटत आलेलं आहे. अशा हवेचा दोन घटका आस्वाद घेऊन मग गरम चहाचा पेला तोंडाला लावण्यात जो आनंद आहे, त्याचं वर्णन शब्दांनी करता येणार नाही. त्या पेल्यावर अस्पष्टपणे तरंगणाऱ्या वाफेनं, साऱ्या दिवसाच्या कार्यक्रमांचं इंजिनच जणू सुरू होतं.

याच सुमाराला शेजारपाजारचे रेडिओ सुरू होतात. आकाशवाणीच्या केंद्रावरून भक्तिगीतं ऐकू येऊ लागतात. माझा पिंड भाविकाचा नाही. त्यातच या भक्तिगीतांतली अनेक आधुनिक गीतं कल्चर्ड मोत्यासारखी आहेत, हे ती ऐकताऐकता जाणवू लागतं. अशा गीतातले पुष्कळसे शब्द संतांच्या प्रतिभेच्या स्पर्शानं पावन झालेले असले तरी, त्यांच्यातून जिवंत श्रद्धेच्या झुळझुळणाऱ्या झऱ्याचा ओलावा मला लाभत नाही. ही भक्तिगीतं लिहिणारी पुष्कळशी मंडळी हुकमेहुकूम कविता लिहिणाऱ्यांच्या गोत्रातीलच असतात. विश्वसंसार चालविणाऱ्या विराट, अज्ञेय शक्तीच्या जाणिवेतून ही आधुनिक गीतं स्फुरली आहेत, असा भास सहसा होत नाही. ही वेलीवर उमललेली फुलं नसतात; त्या असतात कागदी, रंगीबेरंगी कळ्या. साहजिकच मी शीतल वायुलहरी आणि चहाचे गरम घोट यांनी उत्तेजित केलेल्या मनाच्या स्वैर

भ्रमंतीत स्वत:ला हरवून बसतो.

पण मधेच रेडिओवर एखादं जातिवंत भक्तिगीत सुरू होतं :

'धाव, पाव सावळे विठाई। कां मनिं धरिली अढी।
अनाथ मी अपराधी देवा, उतरा पैलथडी।'

या ओळींतली आर्तता अंगणात फेऱ्या घालणाऱ्या माझ्या पायांना जागच्या जागी खिळवून टाकते. परलोक, स्वर्ग, नरक इत्यादी कल्पनांवर माझा विश्वास नाही. पण जगात सगुण, साकार देव नसला तरी तो असायला हवा होता, असं मला नेहमीच वाटत आलं आहे. अशा देवाच्या अस्तित्वाविषयी नि:शंक असलेल्या, आणि मानवी शक्तीच्या मर्यादांची जाणीव झालेल्या, मनुष्याच्या सनातन आक्रोशाचा प्रतिध्वनीच या ओळीत मला ऐकू येतो. 'कां मनिं धरिली अढी' यातला नाजुकपणा तर मनाला वेडावून सोडतो. लहान मुलानं आपणहून दिलेल्या पाप्यासारखा! माझं मन हेलावून टाकणारी अशी दुसरी काही भक्तिगीतं आहेत.

'पतितपावन नाम ऐकुनी आलो मी दारा।
पतितपावन न होसि म्हणुनी जातो माघारा।'

या दोन चरणांतला परखडपणा हे या चित्रविचित्र जगात, आपल्याला एकाकी सोडणाऱ्या परमेश्वराला मानवानं दिलेलं प्रत्युतर वाटतं. सावता माळी हा जुन्या व नव्या काव्यनिकषांच्या दृष्टीनं प्रतिभासंपन्न कवी नसेल. पण 'कांदा, मुळा, भाजी। अवघी विठाबाई माझी।' या त्याच्या ओळी, दारिद्र्यातून आणि दुर्दशेतून बाहेर पडू इच्छिणाऱ्या धर्मभोळ्या भारतानं हृदयावर कोरून ठेवल्या पाहिजेत अशाच आहेत.

पण रेडिओवरून ऐकू येणाऱ्या भक्तिगीतांत अशा ताकदीची गीतं फार थोडी. त्यांच्यापैकी 'ताटी उघडा ज्ञानेश्वरा' हे एक. मुक्ताबाईंच्या या ताटीच्या अभंगातला एखादा अभंग जेव्हा क्वचित आकाशवाणीवरून आळवला जातो तेव्हा, माझं बाळपण नकळत माझ्याकडं परत येतं.

'ताटी उघडा ज्ञानेश्वरा' हे पालुपद असलेले अभंग नेमके केव्हा माझ्या कानांवर पडले हे आता आठवत नाही. बहुधा कुठल्या तरी कीर्तनकाराच्या तोंडून मी ते ऐकले असावेत. या ताटीच्या अभंगांत जो काही अध्यात्मिक अर्थ असेल त्याचं आकलन करायला मी आजही अपात्र आहे. लहानपणी तर त्यातल्या अनेक शब्दांचा अर्थसुद्धा मला समजला नसेल! पण आजकाल हा अभंग कानावर पडला की, पाच तपांपूर्वी या अभंगांचं पालुपद ऐकताना जे चित्र डोळ्यापुढं उभं राहत असे तेच आज माझ्या मन:श्चक्षूंपुढं पुन्हा अवतरतं :

ज्ञानेश्वर रुसून, रागावून कुठंतरी कुडाच्या झोपडीत जाऊन बसला आहे. या झोपडीचं कामट्याचं आणि पालापाचोळ्याचं झडप त्यानं आतून लावून घेतलं आहे, बाहेर दाराशी मुक्ताई उभी आहे; 'दादा, दार उघड' म्हणून कितीही विनवणी केली तरी

रागावलेल्या ज्ञानेश्वराचा पारा खाली उतरत नाही, हे पाहून ती अतिशय अस्वस्थ झाली आहे. पुन:पुन्हा मुक्ताई हाका मारीत असते; पण ज्ञानेश्वर घुमेपणानं तसाच बसून राहातो. काही केल्या तो दार उघडायला उठत नाही. त्याच्या मायेत सदैव आकंठ भिजलेली मुक्ताई या वेळी कोरडी कोरडी होते. साऱ्या जगाला शहाणपण शिकवणारा आपला हा भाऊ आज अशी डोक्यात राख घालून का बसला आहे, हे तिला कळत नाही.

हे सारं चित्र त्या वेळी मला अगदी जवळचं वाटलं. नित्याच्या अनुभवातलं. लहानपणी फार हट्टी होतो मी. कुठल्याही लहानसहान गोष्टीसाठी हट्ट करावा, रुसून बसावं, मग आईनं माझ्यावर रागवावं आणि वडिलांनी किंवा मोलकरणीनं त्या रागापासून माझं संरक्षण करण्याचा प्रयत्न करावा, असं वारंवार घडे. मी इंग्रजी शाळेत गेलो त्या वर्षीच्या माझ्या एका हट्टाची आठवण अजून कायम आहे. एके दिवशी सकाळी मी आईला बटाट्याची भाजी करायला सांगितली. तिनं ती केली नाही. मी पानावर बसलो. ताटात बटाट्याची भाजी नाही हे पाहताच माझ्या तळपायाची आग मस्तकाला गेली. मी तरातरा उठलो; उपाशीपोटी दप्तर घेतलं, आणि एकदासुद्धा मागं वळून न पाहाता धाडधाड जिना उतरून रस्त्यावर आलो. जणू राजवाडा सोडून जाणारा बालध्रुवच माझ्या अंगात संचारला होता. ज्या घरात बटाट्याची भाजी मिळत नाही, त्याच्यात पुन्हा पाऊल ठेवायचं नाही; ध्रुव जसा तपश्चर्येकरिता दूर दूर निघून गेला, 'बाळा, मागं फिर, मागं फिर' अशा विनवण्या बाप करीत असतानासुद्धा त्यानं जसं मागं ढुंकून पाहिलं नाही, तसं काही तरी मी करणार होतो! आईला चांगली अद्दल घडविणार होतो. परंतु माझ्यातला ध्रुवाचा संचार, शाळा गाठेपर्यंतसुद्धा धड टिकला नाही. पहिल्या तासानंतर मी मेटाकुटीला आलो. पोटात कावळ्यांचा कलकलाट सुरू झाला. मराठीचा तास माझा अत्यंत आवडता. पण वर्गात शिकविल्या जाणाऱ्या कवितेकडं माझं लक्ष लागेना. सुदैवानं, त्या दिवशी मी अगदी उपाशी शाळेला गेलो आहे असं घरच्या नोकरानं वडिलांना त्यांच्या कचेरीत जाऊन सांगितलं. मधल्या सुट्टीत मला त्यांनी बोलावून घेतलं; तेव्हा माझी तीन तासांची अखंड तपश्चर्या उत्तम रीतीनं फळाला आली! प्राणांतिक उपोषण वगैरे शब्द त्या वेळच्या वातावरणात घुमत नव्हते. नाही तर, घरातून रागारागानं बाहेर पडताना मी ती प्रतिज्ञा आईला ऐकवली असती आणि तिचं धाबं दणाणून सोडलं असतं. माझं ते तीन तासांचं प्राणांतिक उपोषण वडिलांच्या मायेमुळं फराळाच्या दुकानातून आणलेल्या श्रीखंड-पुरीनं सुटलं! ही गोष्ट आठवली म्हणजे आजही मला माझ्या हट्टाचं हसू आल्याशिवाय राहात नाही.

'ताटी उघडा ज्ञानेश्वरा' हा चरण ऐकताना बालपणी ज्ञानेश्वराचं जे चित्र माझ्या डोळ्यापुढं उभं राहिलं, ते माझ्या हट्टी मनाचं प्रतिबिंबच होतं, हे आज मला कळतं. त्या वेळी त्या चित्रातला ज्ञानेश्वर मला माझा अगदी दोस्त वाटला. वर्गात माझ्या

शेजारी बाकावर बसणारा. संध्याकाळी शाळा सुटल्यावर माझ्याबरोबर क्रिकेट खेळायला येणारा. तो साहित्यसोनियाच्या फार मोठ्या खाणींचा मालक आहे, याची तेव्हा मला गंधवार्ताही नव्हती. तो आपल्यासारखाच रुसतो, रागावतो, एखाद्या खोलीत स्वतःला कोंडून घेतो, कुणी कितीही हाका मारल्या तरी हूं की चूं करीत नाही, याचंच मला मोठं अप्रूप वाटलं. आपलं आणि या ज्ञानेश्वराचं काहीतरी जवळचं नातं आहे, ही जाणीव माझ्या बालमनात रुजून गेली.

'ताटी उघडा ज्ञानेश्वरा' हा आर्त चरण आज ऐकताना त्या वेळच्या बालिश कल्पनांची कोळिष्टकं मनातून निघून गेली आहेत हे खरं. पण आजही मला वाटतं की, माझंच काय, पण प्रत्येक सामान्य मनुष्याचं त्या रुसणाऱ्या, रागावणाऱ्या ज्ञानेश्वराशी काही तरी नातं आहे. तो ज्ञानियांचा राजा आहे. माझ्यासारखी माणसं या बाबतीत बहुधा रंकच असतात. ज्ञानेश्वर स्थितप्रज्ञ वृत्तीनं आपल्या समाधिस्थानाच्या पायऱ्या सहज उतरला असेल, उलट आम्ही सामान्य माणसं स्वतःच्या मृत्यूच्या कल्पनाचित्रानेसुद्धा भयभीत होतो आणि त्याच्याकडे पाठ फिरवून दूर सुसाट पळत सुटतो.

हे सारं खरं असलं तरी एक गोष्ट आजही मला तीव्रतेने जाणवते. पृथ्वीचं पर्वताशी जे नातं असतं ते त्याच्या पायथ्यामुळं; शिखरामुळं नव्हे! अलौकिकाशी लौकिक जोडलं जातं ते लाखात एखाद्याच्याच वाट्याला येणाऱ्या अपूर्व प्रज्ञेमुळं किंवा प्रतिभेमुळं नव्हे; तर असामान्य व्यक्तींना, अलौकिक प्रतिभावंतांना आणि सर्व प्रकारच्या श्रेष्ठ विभूतींना दुपारी भूक लागते, रात्री झोप येते, ही माणसं रुसतात, चिडतात, रागावतात, डोक्यात राख घालतात यामुळंच! असामान्य आणि सामान्य यांच्यात जो मुख्य दुवा आहे, तो शरीराच्या मूलभूत गरजा आणि मनोविकारांचे नानाविध आविष्कार यांचा!

मात्र हे कटु सत्य स्वीकारण्याचं आणि त्याच्या नजरेला नजर भिडविण्याचं सामर्थ्य आपल्या संस्कृतीनं कधीच संपादन केलं नाही. वासनेचा क्षय केला पाहिजे, तृष्णेचा समूळ उच्छेद व्हायला हवा, आशा ही मनुष्याच्या पायातली बेडी आहे, ती ज्याच्या पायात आहे तो धावतो आणि जिच्यातून जो मुक्त झाला आहे तो जागच्या जागी शांत राहातो, अशा अर्थाचा उपदेश आपण शतकानुशतकं मुकाट्यानं ऐकत आलो. लहानपणी मी एकनाथाच्या चरित्रावरलं एक नाटक वाचल्याचं आठवतं. तो गोदेवर स्नान करायला जात असताना कुणीतरी मूर्ख मनुष्य त्याच्या अंगावर पुन्हापुन्हा थुंकतो; आणि तो शांतपणानं पुन्हापुन्हा स्नान करून परत येतो, अशा आशयाचा एक प्रवेश त्यात होता. मला त्या मूर्ख मनुष्यापेक्षा एकनाथाचाच अधिक राग आला. आपल्या अंगावर अकारण वारंवार थुंकणाऱ्या त्या माणसाच्या थोबाडीत त्यानं का लगावली नाही, हा प्रश्न दत्त म्हणून माझ्यापुढं उभा राहिला! आज त्या एकनाथाचा राग मला येत नसला तरी सर्व वासनांवर आणि मनोविकारांवर संपूर्ण

विजय मिळवणं, हेच मानवी जीवनाचं साध्य आहे असं जे तात्पर्य त्या प्रसंगातून निघतं, ते मला आजही पटत नाही. मनुष्याचा जन्मच मुळी वासनेच्या पोटी होतो. त्या वासनेला खुशाल चिखल म्हणा. पण कमळाचा जन्म जसा चिखलात होतो तशी मानवी संस्कृतीची गगनचुंबी प्रतीकं असलेल्या साऱ्या विभूती त्यांच्या मातापितरांना वाटलेल्या परस्परांच्या आकर्षणातून निर्माण झालेल्या असतात, हे नाकारण्यात काय अर्थ आहे? याविषयी मी जेव्हा विचार करू लागतो तेव्हा रामायणातला एक प्रसंग मला हटकून आठवतो. तो मूळच्या वाल्मिकी रामायणात आहे की नाही, हे मला सांगता येणार नाही. तो बहुधा प्रक्षिप्त असावा. पण त्याचा उल्लेख आज घटकेलासुद्धा एक आदर्श मूल्यविचार म्हणून केला जातो. रावण सीतेला पळवून आकाशमार्गानं नेत असताना तिनं रडतारडता आपले काही दागिने खाली टाकले. ते सुग्रीव, मारुती वगैरे ज्या पर्वतावर बसले होते तिथं पडले. राम-लक्ष्मण सीतेचा शोध करीत करीत त्या पर्वतापाशी आले. तेव्हा, 'आकाशमार्गानं एक स्त्री आक्रोश करीत जात होती. आणि तिनं हे अलंकार खाली टाकले आहेत' असं कळताच ते सीतेचेच आहेत की काय, हे पाहण्याविषयी लक्ष्मणाला विनंती करण्यात आली. त्यावेळी लक्ष्मण उत्तरला, 'वैनींची कर्ण-भूषणे किंवा बाहुभूषणं माझ्या ओळखीची नाहीत. फक्त त्यांच्या पायातले पैंजण तेवढे माझ्या परिचयाचे आहेत.'

ही कथा काय किंवा एकनाथाची कथा काय, केवळ हरदासी असू शकतील. मुळात त्यांना फारसा आधर नसेल. पण त्या रचणारे कथाकार मानवी वासना आणि मनोविकार यांच्या बाबतीतल्या भारतीय तत्त्वज्ञानाच्या दडपणाखाली पूर्णपणे दबून गेले होते, हे उघड आहे. वनवासाला निघताना राम, सीता आणि लक्ष्मण वल्कले नेसून अयोध्येबाहेर पडले हे लक्षात घेतलं म्हणजे अरण्यात सीता नखशिखांत अलंकारांनी नटली नव्हती, तिच्या अंगावर नुपूर, कर्णफुलं, बाहुभूषणं, वगैरे दागिने असण्याचा संभव नव्हता, हे उघड आहे. पण या कथा रचणाऱ्यांना संभाव्य किंवा असंभाव्य याच्याशी काही कर्तव्य नव्हतं. ते निघाले होते आदर्श मूल्यांचा शोध करायला– त्यांना श्रोत्यांच्या आणि वाचकांच्या मनावर एवढंच ठसवायचं होतं की– एकनाथ हा शांतिसागर होता. त्या सागरावर क्रोधाचं लहानसं वादळसुद्धा कधी उठू शकत नव्हतं; लक्ष्मण हा विवाहित ब्रह्मचाऱ्याचा श्रेष्ठतम आदर्श होता. सीता ही त्याची वडील भावजय. म्हणून राजवाड्यात आणि अरण्यात तो तिच्याबरोबर दीर्घकाळ राह्यला असला तरी, त्यानं कधी मान वर करून सीतेकडं पाहिलं नव्हतं. त्याची दृष्टी सदैव तिच्या पायावर खिळलेली असे!

जीवनात आदर्श आवश्यक असतात हे खरं. पण आदर्शांच्या हव्यासापायी दैनंदिन आणि चिरंतन अनुभवाशी सर्वस्वी विसंगत अशा आदर्शांचं पीक ज्या समाजात पिढ्यानपिढ्या फोफावत जातं, त्यांचे आदर्श शेवटी शुद्ध काल्पनिक आणि क्वचित

हास्यास्पदही ठरतात. या सोसापायीच, कामक्रोधादी मनोविकार माणसाचे षड्रिपु आहेत, असं मानण्याचा प्रघात आपल्याकडं पडला. शरीर आणि आत्मा या जुळ्या भावंडांची कायमची ताटातूट करण्यात आली. वास्तव इहलोक आणि काल्पनिक परलोक यांतला पहिला गुलाम आणि दुसरा मालक अशा प्रकारच्या कल्पना समाजपुरुषाच्या रक्तात पिढ्यानपिढ्या भिनत गेल्या. पण समाजपुरुषाच्या हाडीमासी खिळलेलं हे तत्त्वज्ञान सामान्य मनुष्याच्या अनुभवाच्या कसाला उतरू शकत नाही.

काम, क्रोध, लोभ इत्यादी मनोविकार हे जसे आपले मित्र तसेच शत्रूही आहेत. बाह्यसृष्टीत जशी पंचमहाभूतं, तसे हे अंत:सृष्टीतले सहा मनोविकार. पंचमहाभूतांतला वायू उन्हाळ्यात आपल्या सुखद लहरींनी मनुष्याला आनंदित करू शकतो, पण तोच पावसाळ्यात एखाद्या वेळी झंझावाताचं रौद्र रूप धारण करून प्रगट होतो; आणि शेकडो वृक्षवेलींना उन्मळवून टाकीत सुटतो. पृथ्वी आपल्या पाठीवर प्राणीमात्राला ममतेनं धारण करते. त्याची क्षुधा भागविण्याकरिता ती जशी अन्नपूर्णा होते, तशी त्याची तृषा शांत करण्यासाठी तिची करुणा लोकमातेच्या रूपानं वाहू लागते. पण एखादेवेळी ती प्रक्षुब्ध होऊन थरथर कापू लागली म्हणजे, मानवानं तिच्या आधारानं उभे केलेले सुंदर राजवाडेच काय, पण भव्य विजयस्तंभसुद्धा धुळीला मिळतात. ज्यांना ती आईच्या मायेनं अन्न देते त्यांच्याच हत्येला ती कारणीभूत होते. मानवी मनोविकारही असेच आहेत– एका बाजूनं विधायक; दुसऱ्या बाजूनं विध्वंसक.

मनुष्याच्या जीवनाचं स्वरूप मूलत:च असं द्वंद्वात्मक आहे, याचा साधुसंतांना आणि आदर्श शोधकांनासुद्धा केव्हाही विसर पडता कामा नये हेच खरं! या द्वंद्वात्मक स्वरूपाची जाणीव आजच्या यंत्रयुगाच्या मोहक पसाऱ्यानं नटलेल्या जीवनात, सामान्य मनुष्याच्या मनात सतत जागती राहिली पाहिजे, हे कोण नाकबूल करील? भौतिक मूल्यं आणि नैतिक मूल्यं ही जीवनरथाची दोन चक्रं आहेत. यातलं कुठलंही चाक मोडकंतोडकं असलं तरी हा रथ पुढं जाऊ शकत नाही. यासाठी आज कुठल्याही बाह्य क्रांतीइतकंच सामान्य मनुष्याच्या मनातही परिवर्तन घडून येणं आवश्यक आहे. या परिवर्तनाची बीजं पेरणारे निरनिराळ्या क्षेत्रांतले ज्ञानेश्वर आज दुर्मिळ आहेत. कदाचित, नकळत आत्मघाताच्या दिशेनं वेगानं दौडत चाललेल्या मानवावर रागावून ते स्वत:मधे स्वत:ला कोंडून घेऊन बसले असावेत! सामान्य मनुष्याच्या हातात अशा वेळी एकच गोष्ट उरते– मुक्ताईप्रमाणं 'ताटी उघडा ज्ञानेश्वरा' म्हणून त्यांची आळवणी करीत राहणं– ही!

मौज, दिवाळी, १९७२

न-नाट्याच्या नायिका

मी एकदम जागा झालो. रात्रीचे किती वाजले असावेत हे कळेना. दिव्याचं बटन लावून हातातलं घड्याळ पाहावं असा पुसट विचार मनात येऊन गेला. पण ते मनच अजून निद्रा आणि जागृती ह्यांच्या संधिप्रकाशात चाचपडत होतं. क्षणभरानं दिवा लावून घड्याळ पाहण्याच्या माझ्या विचाराचं मलाच हसू आलं. शस्त्रक्रिया अयशस्वी होऊन माझं प्रकाशाचं जग काळोखात बुडाल्याला तीन साडेतीन महिने होऊन गेले होते. उशालगतच्या दिव्याचं बटन दाबून मी खोली प्रकाशांत उजळवू शकेन, पण त्या प्रकाशात मनगटावरल्या घड्याळाचे काटे काही मला दिसणार नाहीत, हे त्या तंद्रीत मी विसरून गेलो होतो.

मात्र अशी अचानक जाग का आली हे काही केल्या लक्षात येईना. मला एखादं भयंकर स्वप्न पडलं नव्हतं. बाहेरची नीरव शांतता कसल्या तरी मोठ्या आवाजानं भंग पावल्याचंही आठवत नव्हतं.

मी पुन्हा डोळे मिटले. झोपण्याचा प्रयत्न केला. पण पापण्या मिटून घेतल्या म्हणून, निद्रादेवी थोडीच प्रसन्न होणार?

अंधारात एखादा तारा खळकन् तुटून पडताना पहावा तसं काहीतरी झालं. आणि मला दोन शब्द आठवले– 'इयं श्रुतकीर्तिः'

मी पुन्हा कोड्यात पडलो. संस्कृत भाषेवर माझं लहानपणापासून प्रेम आहे. मला ती फार आवडते. बरीचशी कळते. पण संभाषणात किंवा सभा संमेलनात संस्कृत बोलण्याइतकं या भाषेवर माझं प्रभुत्व नाही. संस्कृत सौभद्राच्या एका प्रयोगाच्या वेळी दोन-तीन अंक झाल्यावर प्रेक्षकांसमोर वक्तव्य करण्याची पाळी माझ्यावर आली होती. केवळ अर्जुन, सुभद्रा, कृष्ण, बलराम ही मंडळीच नव्हेत तर, सौभद्रातला वक्रतुंड भटजी आणि दास दासीसुद्धा या प्रेक्षागृहात संस्कृतात बोलत होती. मला बोलायचं होतं चार दोन मिनिटं. वाटलं संस्कृतमधे बोलावे. पण धीर झाला नाही. आईपेक्षा आजीला नातवाचं कौतुक अधिक वाटतं असं म्हणतात.

पण तो अनुभव त्या रात्री मला काही आला नाही. कालिदासाच्या देववाणीपेक्षा तुकारामाच्या साध्यासुध्या मानवी वाणीचाच मी आश्रय घेतला.

या प्रसंगाचं स्मरण झालं आणि 'इयं श्रुतकीर्तिः' हे शब्द एकदम माझ्यासमोर का उभे राहावेत याची मी आठवण करू लागलो. पण आठवण ही बहुधा माणसाच्या हाती न लागणारी त्याची सावली असते. जो जो तिला पकडायला जावे तो तो ती हातातून निसटून जाते.

आठवण्याचा नाद मी सोडून दिला आणि चार दोन मिनिटांतच माझ्या लक्षात आलं– झोपण्यापूर्वी फार दुरून मला भेटायला आलेल्या एका साहित्यप्रेमी रसिकाशी बोलण्यात मी अगदी रंगून गेलो होतो. गोष्टी सुरू झाल्या. त्या मला प्राप्त झालेल्या अंधत्वावरून. नियती किती कठोर असते आणि सशाचा पाठलाग करणाऱ्या शिकारी कुत्र्याप्रमाणं ती माणसावर सहज कशी मात करते याविषयी बोलणं सुरू झालं. मी माझ्या आवडत्या उत्तररामचरित्रातल्या सीतेचं उदाहरण देऊन कितीतरी वेळ बोलत राहिलो.

ज्या 'इयं श्रुतकीर्तिः' ह्या शब्दांनी मला अचानक जाग आणली होती ते उत्तररामचरित्राच्या पहिल्या अंकातले होते.

या अंकात चित्र दर्शनाचा मोठा मनोज्ञ आणि कल्पकतापूर्ण प्रसंग भवभूतीनं योजलेला आहे. राज्याभिषेक झालेली राम आणि सीता आपलं सारं गतआयुष्य चित्रांच्या द्वारे अनुभवतात आणि बालपणापासूनच्या स्मृतिशेष झालेल्या सुख-दुःखात रमून जातात असा हा प्रसंग आहे. या चित्रमालिकेतलं एक चित्र आहे. राम लक्ष्मणादि चारी भावांच्या विवाह समारंभाचं, ते चित्र पाहात असताना त्यातल्या उर्मिलेकडं बोट दाखवून सीता खट्याळपणे लक्ष्मणाला विचारते– 'भावोजी ही हो कोण?' अगदी आजकालच्या तुमच्या आमच्या घरात वैनीनं धाकट्या दीराची जशी थट्टा करावी तसा हा सीतेचा प्रश्न आहे. उर्मिलेनंतर ती भरताच्या पत्नीकडं बोट दाखविते आणि म्हणते 'इयं मांडवी' ही मांडवी. मग येतो शत्रुघ्नाच्या बायकोचा क्रमांक. सीता उद्गारते– 'इयं श्रुतकीर्तिः' ही श्रुतकीर्ति.

पण श्रुतकीर्ति हे शत्रुघ्नाच्या बायकोचं नाव आहे हे रामायणाशी परिचय असणाऱ्या लोकांपैकी बहुतेकांना ठाऊक नसतं. कसं असावं? वाल्मिकी, व्यास, कालिदास, भवभूति, तुलसीदास आणि भारतीय भाषांतल्या इतर अनेक प्रतिभासंपन्न कवींनी रामायण जनमनाच्या तळापर्यंत नेऊन पोचविलं आहे. पण या सर्वांचा भर आहे तो राम आणि सीता यांचं गुणगान करण्यावर– आपल्या प्रतिभेच्या इंद्रधनुष्यांनी या दंपतीचे चित्रण अलंकृत करण्यावर. लक्ष्मण, भरत, इत्यादिकांच्या स्वभाव विशेषांचं रेखाटन काही कवींनी उत्कटतेनं केलं आहे, परवा परवापर्यंत बिचाऱ्या उर्मिलेला कुणी कैवारी मिळाला नव्हता. पण शेवटी रवींद्रनाथ ठाकुरांसारखा

महाकवी वकील म्हणून तिला लाभला हे तिचं केवढं भाग्य! पण भरताची बायको मांडवी व शत्रुघ्नाची बायको श्रुतकीर्ति ह्यांच्या नावांखेरीज त्यांच्याविषयी आपल्याला अधिक काही कधीच कळत नाही. एखाद्या नाटकात क्षणभर येऊन चतुर्थ श्रेणीच्या पात्रासारख्या त्या भासतात. जणु काय निर्जीव बाहुल्याच!

या दोघी सीतेच्या अगदी जवळच्या नात्यातल्या. सीतेच्या बरोबरच लग्न होऊन अयोध्येच्या राजवाड्यात आलेल्या. पण त्यांचं अस्तित्व उभ्या रामायणात कुठंही जाणवत नाही. त्यांची सुखदुःखं, त्यांच्या भाव-भावना यांचा थांगपत्ता आपल्याला लागत नाही. तसं पाहिलं तर भरत रामानं अयोध्येला परत यावं म्हणून त्याला बोलवायला गेला. त्याच्या पादुका घेऊन परत आला. त्या पादुका सिंहासनावर स्थापून संन्यस्त वृत्तीनं रामाचा प्रतिनिधी म्हणून तो राज्य करीत राहिला. ही चौदा वर्ष मांडवीनं कशी काढली असतील? तिच्या मनात कोणकोणते विचार तरंग उठले असतील? काही काही आपल्याला कळत नाही. श्रुतकीर्ति ही तर भरताइतकंही रामायणात स्थान नसलेल्या शत्रुघ्नाची बायको. सीता वनात जायला निघाली तेव्हा, तिनं काय आसवं ढाळली नसतील? वनवासातून सीतेच्या कुशलाची वार्ता दीर्घकाल न आल्यामुळे तिकडं एखादा दूत पाठवावा असं टुमणं तिनं काय आपल्या पतीच्या मागं लावलं नसेल? राम-सीता नसलेल्या राजवाड्यात वावरताना सीतेची आठवण तिला काय पावलोपावली बोचत राहिली नसेल? या आणि अशा अनेक गोष्टी घडल्या असतील. पण आपण रामायण वाचतो किंवा रामायणातल्या कथेच्या आधारे लिहिलेल्या काव्य नाटकांचा आस्वाद घेतो तेव्हा ह्या श्रुतकीर्तिची आठवणच आपल्याला होत नाही.

असं का व्हावं? मनात आलं, मांजरानं पकडलेल्या उंदराशी खेळावं त्याप्रमाणं नियतीनं सीतेच्या जीवनाशी क्रूर लीला केल्या हे खरं, पण नियतीच्या या भयानक क्रीडेमुळंच सीता एका अजरामर महाकाव्याची नायिका झाली. शतकानुशतके कोट्यावधी स्त्री-पुरुषांच्या हृदयात तिला स्थान मिळालं. वनवास, अपहरण, अग्निदिव्य, लोकनिंदा आणि शेवटी पतीने केलेला त्याग हे भयंकर भोग तिच्या वाट्याला आले नसते तर तिची स्थिती मांडवी आणि श्रुतकीर्ति यांच्यासारखीच झाली नसती का?

क्षणभर आपण निराळ्या रामायणाची कल्पना करूया. रामायणात वृद्ध पतीला कैचीत पकडून कैकयी वर मागत नाही. दशरथ सृष्टिक्रमाप्रमाणे निधन पावतो. राम सिंहासनावर बसतो. साहजिकच सीता महाराणी होते. पुढं राक्षसांनी चालवलेल्या दंडकारण्यातल्या ऋषी मुनींच्या आणि इतरांच्या छळाच्या वार्ता येऊ लागतात. राम मोठं सैन्य घेऊन जातो. आणि दीर्घ काळानं रावणाचा वध करून परत येतो. अशी काही कथा रामायणात असती तर राम बहुधा आजच्या इतकाच पूज्य राहिला असता. पण सीतेचं नाव मात्र केवळ त्याची पत्नी म्हणून नोंदलं गेलं असतं एवढंच.

तिच्याविषयी आपल्याला अधिक काही कळू शकलं नसतं. भारतीय जनतेच्या हृदयावर ती सीता अधिराज्यही गाजवू शकली नसती.

ह्याचा अर्थ उघड आहे. सोनं बावनकशी आहे की नाही, हे नुसतं पाहून किंवा हातात घेऊन कळत नाही. अग्निदिव्यातून जे तावून सुलाखून बाहेर पडतं तेच बावनकशी सोनं ठरतं. माणसावर जेव्हा नाना प्रकारची संकटं कोसळतात तेव्हा त्यांना तो कसं तोंड देतो, नियतीच्या सत्त्वपरीक्षेत तो कसा उत्तीर्ण होतो, यावरच त्याचं मोठेपण अवलंबून असतं. आपल्या मनात सीतेविषयी जी भक्ती वसत असते, ती मुळात असते मानवाच्या सामान्यतेच्या मर्यादा ओलांडणाऱ्या त्याच्या आत्मशक्तीची पूजा! 'चणे खावे लोखंडाचे तेव्हा देव पदी नाचे' हे तुकोबाचे उद्गार अशावेळी आठवल्यावाचून राहात नाहीत. आणि मग मनात येतं– नियतीला आपण क्रूर, कठोर, निर्दय, निर्घृण अशी जी विशेषणं नेहमी लावत असतो ती कितपत बरोबर आहेत? जीवन हा बोलून चालून एक जुगार आहे. जुगारात हार-जीत पाठशिवणीचा खेळ खेळत असतात. अशा स्थितीत एखाद्या खेळीत फासे उलटे पडले म्हणून त्याचं खापर नियतीच्या माथ्यावर फोडणं हा जीवनाचा अन्वयार्थ लावण्याचा उथळ प्रकार नाही का?

मांडवी आणि श्रुतकीर्ति या एका दृष्टीनं सुदैवी, पण दुसऱ्या दृष्टीनं दुर्दैवी ठरल्या. त्यांना वनवास घडला नाही. अग्निदिव्य करावं लागलं नाही. नियतीनं त्यांच्या आयुष्य मार्गावर काटे पसरले नाहीत पण त्याचमुळे त्यांच्या जीवनांना संकटांशी टक्कर घ्यावी लागली नाही. अंतरीचं स्वत्व प्रकट करण्याची संधीच त्यांना मिळाली नाही. साऱ्या कवी महाकवींनी त्यांच्याविषयी मौन धारण केलं ह्याचं कारण दुसरं काय असणार?

हे सारं खरं असलं तरी, मांडवी आणि श्रुतकीर्ति यांना नावापलिकडं आपल्या मनात काही स्थान असू नये याची रुखरुख मनाला लागून राहिली. वाटलं, नियतीनं सीतेचा छळ केला असं म्हणण्यापेक्षा मांडवी आणि श्रुतकीर्ति यांची ससेहोलपट तिनं केली हेच खरं. तिनं त्यांना वाढू दिलं नाही, मोठं होऊ दिलं नाही. मांडवी आणि श्रुतकीर्ति रामाची पत्नी झाली असती तर सीतेनं ज्या ज्या संकटांना तोंड दिलं त्यांचं त्यांनीही हसतमुखानं स्वागत केलं असतं. नाही असं कसं म्हणावं? कोणत्या आधारावर? पण ती संधी त्यांना मिळाली नाही!

माझं मन हळहळत होतं ते याच कारणामुळं; पण आता माझं विचारचक्र निराळ्याच दिशेनं फिरू लागलं. माझं हे हळहळणारं मन १९२०-३० च्या आदर्श-पूजेच्या काळातल्या विचारांवर पोसलं होतं. पण तो काळ आता फार मागं पडला आहे. या मधल्या चाळीस वर्षांत मानवाच्या बाह्य जीवनात जेवढी क्रांती घडली असेल, तिच्याहूनही मोठी क्रांती त्याच्या मनोविश्वात झाली आहे. देव, धर्म, देश

वगैरे एकेकाळच्या पूजास्थानांचं महात्म्य पूर्ववत राहिलेलं नाही. पूर्वी आदर्श-पूजेच्या घंटानादात वास्तवाचं आक्रंदन साहित्यिकाला सहसा ऐकू जात नसे. पण आता वास्तवाचे नगारे एवढ्या जोराने बडवले जात आहेत की, क्वचित कुणाकडून उठवला जाणारा आदर्शाचा आवाज त्यांच्यापुढं टिमकीसारखा वाटायला लागला आहे.

हे परिवर्तन योग्य का अयोग्य याचा निर्णय भविष्यकाळ देईल. पण एक गोष्ट खरी, या स्थित्यंतरामुळं मांडवी आणि श्रुतकीर्ति यांची जनमानसाकडून जी उपेक्षा होत आली तिच्याबद्दल हळहळण्याचे दिवस उरलेले नाहीत. बाह्य आणि आंतरिक संघर्षाच्या चित्रणावर जुन्या काव्य, नाटकांचा भर असे. अशा अनेक संघर्षांमुळेच सीता रामायणाची नायिका बनली. अमर झाली. पण आता जे वास्तव चित्रित केलं जात आहे, त्यांचा आत्मा आहे, जीवनातील निरसता, निष्फळता, निष्क्रीयता आणि निरर्थकता. 'वेटिंग फॉर गोदो' हे बेकेटचं जगप्रसिद्ध नाटक याचंच प्रत्यंतर आहे. दिवसेंदिवस अधिकाधिक यांत्रिक होत जाणाऱ्या मानवी जीवनात अशा न-नाट्याला यापुढे भरती येणार हे उघड आहे. या न-नाट्याला उद्या एखादा प्रतिभावान शेक्सपीयर मिळाला तर, दैनंदिन जीवन क्रमाव्यतिरिक्त जिच्या आयुष्यात काहीच घडत नाही अशी एखादी मांडवी किंवा श्रुतकीर्ति त्याच्या कलाकृतीची नायिका बनणार नाही कशावरून? ज्यात काहीच घडत नाही असं चाकोरीतील आयुष्य कंठणाऱ्या मांडवीची अथवा श्रुतकीर्तिची व्यक्तिरेखा न-नाट्याचा तो कंठमणी अशा प्रभावीपणे रेखाटील की, ज्या चित्रणापुढं जुन्या जमान्यात जमा झालेली सीतेची मूर्ती लोक विसरून जातील.

नवाकाळ, दिवाळी, १९७२   ◼

दीडशे पौंडांचा चेक

मी इतका कंटाळून गेलो होतो की, सांगता सोय नाही. मन अगदी आंबून गेलं होतं. सतत चार दिवस ताप होता अंगात. अंथरुणावर पडून राहण्याचं फर्मान डॉक्टरांनी सोडलं होतं. पण झोप येत नसताना अंथरुणावर पडून या कुशीवरून त्या कुशीवर होण्याचा चाळा माणूस किती वेळ करीत बसणार! अशावेळी मिनिट तासासारखं वाटू लागतं!

मन कशात तरी गुंतवावं म्हणून रेडिओ सुरू केला. इंग्लंड आणि भारत यांच्यातला कानपूरचा चौथा सामना सुरू होता. आजचा शेवटचा दिवस पण पहिल्या दिवसापासून खेळ असा पिटीपिटी चालला होता की, तो ऐकताना म्हाताऱ्या घोड्याच्या खेडवळ टांग्यातून चालल्याचा वारंवार भास होत होता.

चार दिवस असेच मागे पडले होते. माझा ताप काही केल्या नॉर्मलवर येईना आणि कानपूरचा सामना काही केल्या रंगेना. आजही थोड्याशा नाखुषीनंच मी रेडिओ लावला. गर्दीचे आवाजसुद्धा प्रसंगी मन गुंतवायला माणसाला पुरे होतात. त्यातलाच प्रकार होता हा. तसं माझं लक्ष काही सपक सामन्याच्या या वर्णनाकडं नव्हतं, पण मधेच आमचे भारतीय वीर पटापट धारातीर्थी पडू लागले, तेव्हा सामन्याला काही तरी सनसनाटी वळण लागणार असं वाटलं. पण ते फार थोडा वेळ! प्राचीन काळी कौरवांच्या सभेत वस्त्रहरणाच्या प्रसंगी द्रौपदीच्या लज्जारक्षणासाठी जसा श्रीकृष्ण धावून आला तसा आमच्या फलंदाजीची लाज राखण्याकरिता तो कुणा ना कुणा तरी फलंदाजाच्या हातापायात उभा राहतो. 'आज हे काम विश्वनाथ, सोलकर व अबीदअल्ली ही त्रयी करू लागली. साहजिकच खेळातला एकसुरीपणा पुन्हा वाढला. माझं लक्ष खेळावरून उडालं.

मधेच काही शब्द कानावर पडले. मी चमकलो. कान टवकारून ऐकू लागलो. फ्रँक वॉरेलचे नाव माझ्या कानावर पडलं होतं. वॉरेल हा क्रिकेटची अनेक मैदानं गाजवून गेलेला एक जागतिक कीर्तीचा खेळाडू. क्रिकेटमधल्या अतिरथी महारथीत

ज्याची गणना व्हावी असा. पूर्वी अनेकदा हातातलं महत्त्वाचं काम सोडून मी वॉरेलचा खेळ तन्मयतेनं ऐकला होता. त्याच्या क्रीडानैपुण्याची एखादी आठवण रेडिओवर सांगितली जात असेल असं मला क्षणभर वाटलं. पण दुसऱ्याच क्षणी मी तन्मयतेनं रेडिओवरला शब्द न् शब्द ऐकू लागलो. विशेष तज्ज्ञ म्हणून अधुनमधून टीका-टिप्पणी करणारे दत्तू फडकर बोलत होते. फडकर हे एक माजी भारतीय कसोटी वीर. ते फ्रँक वॉरेल यांची वैयक्तिक आठवण सांगत होते. त्यावेळी फडकर इंग्लंडमध्ये एका कौंटीत खेळत होते. फडकरांना न्युमोनियानं अचानक गाठलं. ते इस्पितळात दाखल झाले. काही काळ आपल्या कौंटीतर्फे सामन्यात खेळणं त्यांना अगदी अशक्य होतं. बदली कुणी तरी घ्यायचा किंवा प्रत्येक सामन्याबद्दल पन्नास पौंड परत करायचे हे दोनच मार्ग त्यांना मोकळे होते. पण काय करायचे ते फडकरांनी ठरविण्यापूर्वीच वॉरेल फडकरांच्या समाचाराला गेले. 'काही काळजी करू नका. तुमच्याबद्दल जरूर त्या सामन्यात मी खेळतो.' असं त्यांनी फडकरांना आपणहून आश्वासन दिलं. त्याप्रमाणं पुढं ते तीन सामने खेळले. ते सामने संपल्यावर वॉरेल पुन्हा इस्पितळात फडकरांना भेटायला गेले. ही भेट त्यांनी रिक्त हस्ताने घेतली नाही. फडकरांच्या हाती त्यांनी दीडशे पौंडांचा चेक ठेवला. 'तीन सामने माझ्याबद्दल तुम्ही खेळला, त्याचे हे मानधन आहे. या पैशावर तुमचा हक्क आहे.' असं फडकरांनी त्यांना आवर्जून सांगितले. पण वॉरेल यांनी तो चेक फडकरांनी घेतलाच पाहिजे असा आग्रह धरला. शेवटी ते एकच वाक्य बोलले. 'माझ्या जागी तुम्ही असता तर काय केलं असतं?'

मलूल आभ्राच्छादित आकाशात एकदम वीज चमकून जावी तसा वॉरेल यांचा हा उद्‌गार ऐकून मला वाटलं. माझा कंटाळा क्षणार्धात पार उडून गेला. मी अंथरुणावर उठून बसलो. फडकरांनी सांगितलेली आठवण मोगऱ्याच्या सौम्य सुगंधासारखी मनात दरवळत होती. चार दोन शब्द नीट ऐकू न आल्यामुळे मी ऐकलेल्या आठवणीच्या तपशीलात लहान सहान चूक असेल पण वॉरेल यांचे शेवटचं वाक्य– 'माझ्या जागी तुम्ही असता तर काय केलं असतं?' ते मी स्वच्छ ऐकलं होतं. या एका वाक्यानं माझ्या मनात भावनांचा आणि विचारांचा केवढातरी कल्लोळ उडवून दिला होता.

हे वाक्य पूर्वी कुठं तरी ऐकलं आहे असं मला वाटलं. दुसऱ्याच क्षणी माझी स्मृती जागी झाली. 'पिलग्रिम्स प्रोग्रेस' हे अमर पुस्तक लिहिणाऱ्या बन्यॅनची आठवण झाली मला. एक गुन्हेगार वधस्तंभाकडे नेला जात होता. एखादी मिरवणूक पहायला लोकांनी गर्दी करावी तशी जनता त्या दुर्दैवी मनुष्याला पाहण्याकरिता रस्त्याच्या दुतर्फा दाटीवाटीनं उभी होती. बन्यॅननं हे दृश्य पाहिलं पण इतर बघ्यांपेक्षा त्याची प्रतिक्रिया अगदी निराळी झाली. तो स्वत:शीच पुटपुटला 'केवळ देवाची

कृपा म्हणून या अभागी मनुष्याच्या जागी मी नाही. ती कृपा नसती तर– But for the grace of God there go I'

बन्यॅन आणि वॉरेल. पहिला तत्त्वचिंतक, धर्मोपदेशक. दुसरा तुमच्या आमच्यासारखा संसारी गृहस्थ; पण आपल्या क्रिकेटमधल्या नैपुण्यानं साऱ्या जगाला आकृष्ट करून घेणारा. हे नैपुण्य नियतीनं त्याला बहाल केलं नसतं तर वॉरेलचं नाव तुमच्या आमच्या कानी कधीच पडलं नसतं. पण बन्यॅनच्या धर्मनिष्ठ अंत:करणातून जो आर्त उद्गार बाहेर पडला त्याच्याशी 'तुम्ही माझ्या जागी असता तर काय केलं असतं.' या वॉरेलच्या उद्गारांचं विलक्षण साम्य आहे. आपल्या जागी दुसरा आणि दुसऱ्याच्या जागी आपण अशी दिवसातून पाच मिनिटं माणसाला कल्पना करता आली तर? तर त्यांच्या अंधाऱ्या मनाची कितीतरी कवाडं पटापट उघडतील. स्वार्थाच्या कोळिष्टकांनी बुजबुलेल्या मनाच्या खोल्यात निर्मळ सूर्य प्रकाशाची किरणं पोचतील. साऱ्या धर्मग्रंथांचं, साऱ्या तत्त्वज्ञानांचं, सर्व साधुसंतांच्या उपदेशांचं आणि मानव जातीच्या आतापर्यंतच्या अनुभवांचं सार एकच आहे. व्यथित, दु:खित, पीडित व्यक्तीच्या जागी आपण आहो अशी क्षणभर तरी कल्पना करता येणं.

फ्रँक वॉरेल यांनी क्रिकेटच्या क्रीडांगणावर किती शतकं काढली. किती बळी घेतले हे सारं मी कधीच विसरून गेलो आहे. माझ्या नातवंडांना वॉरेलची माहिती द्यायची झाली तर मला ती क्रिकेटची जुनी पुस्तके चाळूनच द्यावी लागेल. मी ती देऊ शकलो तरी माझ्या स्मरणात राहणार नाही. मात्र वॉरेलची आठवण सदैव माझ्या मनात जागी राहील. ती त्याने फडकरांना विचारलेल्या प्रश्नानं– 'माझ्या जागी तुम्ही असता तर काय केलं असतं?'

नालंदा, मार्च, १९७३ ■

जीवननाट्य

आमच्या गप्पा रंगात आल्या होत्या, आमच्या म्हणजे मी आणि माझे मित्र गणपतराव यांच्या. दर सोमवारी आमची गाठभेट होते. परस्परांच्या प्रकृतीची विचारपूस, महागाईच्या व हवापाण्याच्या गोष्टी, कोणत्या तरी कारणानं चालना मिळालेल्या कौटुंबिक आठवणी असं काही ना काही आम्ही घटका दोन घटका बोलत असतो. अगदी मोकळ्या मनांनी.

हो! पण एक गोष्ट मी विसरलोच! गणपतराव दर सोमवारी माझ्याकडे नियमितपणे का येतात हे आधी सांगायला हवं होतं. आमच्या दोघांचा तीस-बत्तीस वर्षांचा अखंड स्नेह आहे. त्यांचा धंदा आहे कारागीराचा. मीही एक प्रकारचा कारागीरच आहे. माणसांचे चेहरे सुंदर बनवणं हे त्यांचं काम. जग आणि जीवन सुंदर कसं होईल याची चिंता वाहणं हा माझा पेशा. कदाचित् आम्ही दोघेही सौंदर्याचे उपासक असल्यामुळे मनानं इतके जवळ आलेलो असू. कदाचित् आम्हा दोघांच्या अनेक आवडी-निवडी मिळत्या-जुळत्या असतील. ते काहीही असो प्रीतीप्रमाणे मैत्रीही योगायोगानंच सुरू होते. आणि प्रीतीप्रमाणंच ती जशी कधी कधी अकाली संपुष्टात येते, तशी ती कधी कधी माणसाची जन्मभर सोबतही करीत रहाते. गणपतरावांची आणि माझी मैत्री या दुसऱ्या प्रकारची आहे.

गणपतराव येतात माझी दाढी करायला. आपल्या व्यवसायात ते मोठे कुशल आहेत. कोल्हापूरच्या राजाराम छत्रपतींची दाढी करण्याची सुवर्णसंधी आपल्याला कशी मिळालं याचं साग्रसंगीत वर्णन त्यांच्या तोंडूनच ऐकायला हवं. ते मी अनेकदा ऐकलं असलं तरी त्यांच्याइतक्या रसाळपणानं मला करता येणार नाही. छत्रपतींच्या नोकरीमुळं माझ्यापेक्षा त्यांचा प्रवाससुद्धा अधिक झाला आहे. त्यांनी इंग्रजी अमदानीतलं कलकत्ता पाहिलं आहे. धावत्या आगगाडीत बड्या-बड्या लोकांची दाढी त्यांच्या केसालाही धक्का न लावता करून प्रशस्ती मिळविली आहे.

मात्र आमच्या या दाढीमिशांच्या गोष्टी नेहमीच चालतात असं नाही. इतर अनेक

गंभीर विषयही आमच्या संभाषणात येऊन जातात. ते सत्तरीकडं झुकलेले. मी ती ओलांडलेली. म्हाताऱ्या लोकांचे संभाषणाचे आवडते तीन-चारच विषय असतात. पहिला आजार व औषधं, दुसरा अध्यात्म, वेदांत वगैरे वगैरे; तिसरा तरुण पिढी फार बिघडली आहे, आमच्या वेळचं जगच निराळं होतं इ.

आज असाच एक विषय निघाला. गणपतरावांना खोकल्याची उबळ आली. एकेकाळी त्यांनी पहिलवानी केली होती. असं असूनही खोकला आता त्यांची पाठ सोडीत नाही. 'म्हातारपणी काही ना काही रोग मागं लागायचे!' अशा अर्थाचं काहीतरी ते बोलून गेले. 'पुरस्सर गदासवे झगडता तनु भागली' हा मोरोपंतांच्या केकावलीतला चरण त्यांच्या कानी कधीही पडला नसेल. मात्र आपल्याला होणाऱ्या खोकल्याच्या त्रासाविषयी ते ज्या आर्ततेनं बोलत होते, ती त्या पंडित कवीच्या संस्कृतप्रचुर चरणाइतकीच हृदयाला जाऊन भिडणारी होती. माझ्या मनात आलं, सामान्य माणसाला कुणी कवि म्हणत नसलं तरी तो जिव्हाळ्यानं आपल्या सुख-दु:खांचे अनुभव सांगू लागला म्हणजे नकळत तो अस्सल कवीइतकाच जीवनाच्या अंतरंगात प्रवेश करतो.

बोलता बोलता गणपतरावांनी कुणीतरी म्हातारबुवा एक दोन दिवसापूर्वी हृदयविकारानं हां-हां म्हणता कसे गेले याचं वर्णन केलं; त्यावर भाष्य करताना ते उद्गारले, असलं मरण फार चांगलं! सारं कसं झटपट निकालात निघतं. तास-दोन तासात खेळ खलास! दम्याची उबळ नाही, खोकल्याची ढास नाही, तापाची फणफण नाही!

मरणाचा विचार करताना बहुधा सर्व वृद्धांच्या मनात असलेच विचार येत असावेत. आयुष्य उतरणीला लागलं की, नाही नाही ते रोग बळावतात. माणूस पथ्ये आणि औषधे यांच्या चक्रव्यूहात सापडतो आणि कधी खऱ्या तर कधी काल्पनिक वेदनांनी त्याला जीव नकोसा होतो! अशावेळी हृदयविकार हाच आपला मुक्तिदाता आहे असं त्याला वाटणं स्वाभाविक आहे.

केवळ माणसातल्या चिमण्या कावळ्यांना आणि राघू मैनांनाच असं वाटत राहातं असं नाही. वृद्ध आणि व्याधिग्रस्त गरुडाच्या मनालाही हा विचार स्पर्श केल्यावाचून राहात नाही. ऐन तारुण्यात बेदरकारपणे समुद्रात उडी टाकताना आणि पुढे अंदमानात पावलोपावली मृत्यूच्या भयानक सावल्या रात्रंदिवस पाहात असताना क्षणभरही न डगमगलेले; स्वातंत्र्यवीर सावरकरसुद्धा खासगी बैठकीत एकदा बोलून गेले होते 'माणसाला मरण यावं ते हृदयविकारानं. इतर व्याधी त्याचे हाल हाल करतात.' उंदराच्या जीवाशी चालणाऱ्या मांजराच्या काळपुरुषाची खेळासारखी ही क्रीडा कुणालाही क्रूरपणाची वाटली तर त्यात आश्चर्य कसलं!

गणपतरावांचं बोलणं ऐकत असताना माझ्या मनात आलं, वृद्धांच्या जीवनाशी

असा निर्दय खेळ खेळण्याची परवानगी परमेश्वर यमराजाला कशासाठी देतो? मानवजात तर 'करुणाघन' 'दयासागर' अशा संबोधनांनी सदैव आळवीत आली आहे. माणसाला मृत्यू अटळ आहे हे उघड आहे. पण त्या भेटीची वेळ आगाऊ ठरवून येणाऱ्या साहेबाप्रमाणं पद्धतशीर रीतीनं येऊ लागला तर अधिक बरं नाही का होणार?

मृत्यू म्हणजे तरी काय? अपरिचित विश्वाच्या घरात ज्या ज्या पुढल्या दारवाजाने आपण प्रवेश करतो; त्याला सारे जन्म म्हणतात. मृत्यू हा त्या घराचा दरवाजा त्यातूनच प्रत्येकाला शेवटी बाहेर पडावं लागतं मग आमच्या जन्माला जशी नऊ महिन्यांची निश्चित मुदत परमेश्वरानं आखून दिली आहे तशी मृत्यूलाही का देऊ नये? ती मुदत किती असावी हा प्रश्न अलाहिदा! पण सर्वांच्या बाबतीत एकच कालमर्यादा असावी हे न्यायाचे होणार नाही का? बाईला दिवस गेले म्हणजे तिला काही निश्चित काळात बाळ होणार हे जसं कळतं, तशी सर्व स्त्री-पुरुषांना मृत्यूपूर्वी काही महिने त्याच्या आगमनाची सूचना मिळाली तर मग वृद्धांना या बाबतीत कुरकूर करण्याचं काही कारण उरणार नाही. आगगाड्यांचं निश्चित वेळापत्रक असतं ना? तसं प्रत्येकाच्या आयुष्याचंही वेळापत्रक ठरून जाईल. अनेक म्हाताऱ्या कोताऱ्यांना किचकट दुखण्याच्या वेदना सोशीत दीर्घकाळ कुचंबावं लागतं! ती आपत्ती या वेळापत्राकामुळं खास दूर होईल.

ही कल्पना सुचताच आपण सवाई कोलंबस असल्याचा साक्षात्कार मला झाला! जगातलं एक फार मोठं दुःख नाहीसं करण्याचा अद्भुत शोध मी लावला होता! साहाजिक सारा दिवस या कल्पनेभोवती माझं मन पिंगा घालीत राहिलं. या विचारचक्राच्या धुंदीत मला वाटू लागलं, परमेश्वरानं वृद्धांच्याच गाऱ्हाण्यांची का दाद घ्यावी? केवळ त्यांची दुःखं सुसह्य व्हावीत म्हणून आपल्या नियमात बदल का करावेत? तरुणांना आणि बालकांनाही परमेश्वरी औदार्याचा असाच लाभ झाला पाहिजे.

तरुण मंडळींची सर्वात मोठी तक्रार कोणती याचा मी विचार करू लागलो. ती तक्रार निश्चित करायला कालिदास माझ्या मदतीला धावून आला. दुष्यंत-शकुंतलेच्या मीलनाविषयी बोलताना 'फार फार दिवसांनी हे अनुरूप आणि तुल्यगुण जोडपं ब्रह्मदेवानं निर्माण केलं. या दम्पतीच्या बाबतीत तरी शिव्याशाप त्याला खावे लागणार नाहीत' अशा अर्थाचे शाकुंतलातले उद्‌गार आठवले. काही समवयस्क मित्रांचे संसार माझ्या डोळ्यापुढं उभे राहिले. तरुण पिढीतली अनेक जोडपी झर्रकन दृष्टीपुढे तरळू लागली. मनात आले 'कालिदासाच्या या उद्‌गारात केवढं कटु सत्य भरलं आहे! वडील माणसांनी जमविलेल्या लग्नाची गोष्ट दूरच राहू द्या; प्रेमविवाह म्हणून आम्ही ज्याचा उदो उदो करतो असे विवाह तरी कितपत यशस्वी होतात?

विवाहपूर्व परिचयात प्रत्येक प्रेमिक आपल्या प्रेयसीकडं आणि प्रत्येक प्रेमिका आपल्या प्रियकराकडं अशा मंत्रमुग्ध दृष्टीनं पाहात असतात की, त्यांना परस्परात कोणतंच वैगुण्य दिसत नाही. पण या उत्कट प्रेमाचे मिटलेले डोळे लाजाहोमाच्या पहिल्या चटक्याबरोबरच उघडू लागतात. हळूहळू आपल्या सहचराचं वास्तव स्वरूप प्रत्येकाला दिसू लागतं. प्रपंचाचं जू दोघांच्याही मानेवर बसलं, संसार शकटाचं ओझं वाहता वाहता दोघांचेही पाय थकू लागले म्हणजे कुरबूर सुरू होते. प्रीतीच्या कल्पनारम्य चित्राचे गुलाबी रंग 'हे आणा ते आणा' हे बायकोचे हुकूम आणि 'रांधा वाढा उष्टी काढा' ही नवऱ्याची फर्माइश या दोन्हीच्या माऱ्यानं झपाट्यानं फिके होऊ लागतात. मग कडू औषध घेतल्याप्रमाणं तोंड करून दोघंही दैनंदिन जीवनाचं गाडं चालवीत राहतात. त्या गाड्याची दोन्ही चाकं लडबडत असतात, पावलोपावली कुरकूरत असतात.

हे दु:खं दूर करणं परमेश्वराला काय कठीण आहे? त्यानं मुळातच सर्व दृष्टींनी योग्य अशी जोडपी निश्चित करून टाकावीत, विवाह हा आयुष्यातल्या सर्व सुखाचा आधार! याला हे जुगाराचं स्वरूप देणाऱ्या परमेश्वराविरुद्ध तरुण-तरुणींनी बंडच केलं पाहिजे. मोर्चा, घेराव, सत्याग्रह वगैरे असंतोष व्यक्त करण्याचे सर्व आधुनिक प्रकार या बाबतीत शक्य असल्यास त्यांनी वापरून पाहायला हरकत नाही.

तरुणांच्या समस्येच्या पाठोपाठ लहान मुलांचा प्रश्न दत्त म्हणून माझ्यापुढं उभा राहिला. आताच्या नव्या तथा-कथित, संतप्त पिढीतील अनेक मुलं मुली 'मातृदेवो भव' वगैरे परंपरागत पोपटपंची बाजूला ठेवतात आणि 'तुमची झाली घटकाभराची मजा पण आम्हाला मिळाली जन्माची सजा' असे आईबापांना ठणकावून सांगतात म्हणे! एका दृष्टीनं त्यांचं म्हणणं बरोबरच आहे. 'आम्हाला या आईबापांच्या पोटी जन्माला घाल' असा विनंती अर्ज घेऊन ती काही परमेश्वराच्या दारात उभी राहिलेली नसतात. तस म्हटलं तर त्यांच्यावर या विशिष्ट जन्माची ही सक्तीच झालेली असते. त्यांना इहलोकात यायचं नसतं असं नाही; पण त्यांना जो जन्म हवा असतो तो श्रीमंत कुटुंबात, पराच्या गाद्यावर लोळणाऱ्या आणि अत्तरांचे दिवे जाळणाऱ्या आईबापांच्या पोटी.

हे दु:खी जग कसं सुधारावं या विषयीची माझी कल्पना एखाद्या दोरी तुटलेल्या पतंगाप्रमाणं हवेत फडफडत होती. क्षणभर मला वाटलं जगातली तीन फार मोठी दु:खं कमी करण्याचे नामी उपाय आपल्याला सुचले. जन्म, प्रीति आणि मृत्यू ही मानवी जीवनाची सर्वात महत्त्वाची अशी तीन अंगे. या तिन्हींच्या बाबतीत प्रत्येक मनुष्याच्या आयुष्यात परमेश्वर जुगार का खेळतो? या तिन्ही बाबी व्यवस्थितपणे नियंत्रित झाल्या तर जग खास अधिक सुखी होईल.

मी एकदम थांबलो. माझ्या पतंगानं निराळीच दिशा घेतली. म्हातारी माणसं

आधीच चिडखोर झालेली असतात. लहान सहान गोष्टीबाबतसुद्धा अष्टौप्रहर पोरकट तक्रारी करीत राहतात. अशा लोकांना आजपासून नऊ महिन्यांनी किंवा नऊ दिवसांनी तुम्हाला मृत्यू येणार आहे असे निश्चितपणे सांगितलं गेलं तर भुताच्या हाती कोलीत दिल्यासारखं होईल. ही माणसं रात्रंदिवस मरणाचाच विचार करीत राहतील आणि मुलांना, सुनांना, नातवंडांना जीव नकोसा करून टाकतील, नऊ महिन्यांनी श्रीखंड खायला मिळणार नाही म्हणून आज घरात केलेल्या श्रीखंडावर आडवा उभा हात मारतील, मग रात्री पोट फुगून दुखू लागलं म्हणून सारं घर डोक्यावर घेतील. ऐन मध्यरात्री त्यांच्या मुलांना किंवा नातवांना डॉक्टरांचे पाय धरायची पाळी येईल. तात्पर्य काय की, प्रत्येक वृद्धाची मृत्यूची तारीख एकदा निश्चित झाली म्हणजे मधले सात-आठ महिने तो नुसता आपलाच जीव खाणार नाही तर इतरांनाही जीव नकोसा करून टाकील. मृत्यू हृदयविकारानं तडकाफडकी येवो अथवा अर्धांगासारख्या व्याधीनं कणाकणानं येवो तो केव्हा येणार? हे शेवटच्या घटकेपर्यंत कुणालाही न कळणं जगाच्या स्वास्थ्याच्या दृष्टीनं अधिक बरं!

जी स्थिती वृद्धांच्या बाबतीत परमेश्वराला करायच्या सूचनेची, तीच तरुणांच्या आणि लहान मुलांच्या बाबतीतल्या माझ्या कल्पनांची. जिकडं-तिकडं अनुरूप जोडपी निर्माण झाली तरी पती-पत्नी ही परस्परांची सावली बनून राहतील 'प्रेमकलह' हा शब्दप्रयोगच भाषेतून नाहीसा होईल. दोघांचं सहजीवन अगदी अळणी होऊन जाईल, नाटक-कादंबऱ्या लिहिणाऱ्यांची तर दाणादाण उडेल. नवरा-बायकोची भांडणं, त्यांचे दैनंदिन संघर्ष नानाप्रकारचे व्यभिचार आणि घटस्फोट यांच्यासारखे खमंग विषय उद्या जगातून हद्दपार झाले तर ललित लेखकांना आपल्या धंद्याला लागणारा मालमसाला दुर्मिळ होऊन जाईल. सारी लहान मुलं जर उद्या श्रीमंत आई-बापांच्या पोटी जन्माला येऊ लागली तर वांझबाई म्हणजे अठराविश्वे दारिद्र असं समीकरण ठरून जाईल. या कोट्यावधी बालकांना गर्भश्रीमंती हवी ती त्या बिचाऱ्या परमेश्वरानं आणायची कुठून? 'कुबेर तुझा भांडारी' असं पोथ्या पुराणं त्याला उद्देशून म्हणत असली तरी ती असंख्य बालसेना कुबेराचंसुद्धा घटकाभरात दिवाळं काढू शकेल.

आभाळाशी गोष्टी करायला निघालेल्या माझ्या कल्पनेचा पतंग फाटून लोळागोळा होऊन खालच्या धुळीत पडला.

परमेश्वरानं निर्माण केलेलं जग अधिक सुखी व्हावं म्हणून धडपड करणाऱ्या माझ्या मनाचं मलाच हसू येऊ लागलं. माणूस किती स्वप्नाळू, किती सुखलोलुप आणि किती आशाळभूत असतो! दुःखाच्या कल्पनेनंही तो भयभीत होतो! तसं पाहिलं तर मानवी जीवन ही नियती आणि मनुष्य यांच्यामधे चाललेली एक अनादि-अनंत क्रीडा आहे. रहस्य कथाकारांची राणी शोभेल अशा विश्वशक्तीनं या खेळांना

रंग यावा म्हणून अनेक रहस्यं आपल्यापाशी लपवून ठेवली आहेत. या साऱ्या रहस्यावरला पडदा तिनं दूर केला तर या खेळातलं स्वारस्यच नाहीसं होईल. प्रत्येकाचं जीवन एक रंगतदार नाट्य असतं. मग ते जीवन रावाचं असो, गुणवंताचं असो वा गुन्हेगारांचं असो. त्यातल्या नाट्याची रंगत कायम रहावी यातच खरी मौज आहे. प्रेक्षकांना शेवटच्या वाक्यापर्यंत रंगभूमीवरल्या जगाशी समरस व्हायला लावण्यातच कोणत्याही नाटककराचं कौशल्य असतं. असं असताना जन्म, प्रीति, मृत्यू यांच्यासारख्या मानवी जीवनातल्या अत्यंत नाट्यपूर्ण प्रसंगावर आधीच पूर्ण प्रकाश पडावा, जे घडणार आहे त्याची माणसाला आगाऊ कल्पना यावी; त्याचं मन अकारण ताणलेलं आणि सारखं टांगलेलं राहू नये म्हणून काल्पनिक चाळे करण्यात मी गुंग झालो होतो.

नियतीचा आणि माणसाचा लपंडाव सनातन आहे. एक व्यक्ति, तिचं कुटुंब, त्या कुटुंबाभोवतालचा समाज, त्या समाजाच्या पाठीमागं उभा असलेला देश आणि त्या एका देशाचे जगातल्या इतर देशांशी असलेले संबंध हे सारे एका महान नाट्यातले नाजूक, सुंदर रेशमी धागेदोरे आहेत. ते शोधून काढण्याच्या फंदात माणूस पडला तर त्याची जिद्द सिद्ध होईल. आव्हानं स्वीकारणारं त्याचं मनोबळ इतरांना जाणवेल. पण हे सारे धागेदोरे त्याच्या हाती कधीही लागणार नाहीत. मानव निर्माण झाल्यापासून त्याची संस्कृतीची वाटचाल सुरू आहे. ती अखंड चालूच राहणार आहे. मात्रं तिचं शिखर त्याला कधीच पादाक्रांत करता येणार नाही. कारण ते सूर्यमंडळ भेदून पलिकडे गेलेले असते. जगातले सारे साधु-संत, सज्जन, धर्मप्रवर्तक माणसाला सुधारण्याची धडपड करीत आले आहेत. तो थोडासा सुधारला आहे; अधिक सुधारण्याची आशा आहे; मात्र तो कितीही सुधारला तरी शेवटी अपूर्णच राहणार आहे. कारण अपूर्णतेतच मानवी जीवनाचं रहस्य सामावलेलं आहे.

धरती, दिवाळी, १९७३ ■

$\frac{१}{८}$ = १!

ती काल्पनिक पुराणकथा वाचतावाचता मला हसू आलं. मनुष्यस्वभाव कधी बदलत नाही हेच खरं! 'कुत्र्याला गोळी घालायची असली म्हणजे ते पिसाळले आहे असं म्हणावं' अशा अर्थाची एक इंग्रजी म्हण आहे. आजकालच्या सार्वजनिक जीवनात एक पक्ष दुसऱ्या पक्षावर, एक व्यक्ती दुसऱ्या व्यक्तीवर, किंवा एक जात दुसऱ्या जातीवर जे आरोप करते त्याच्या मुळाशी हेच तत्त्वज्ञान असतं. कुत्र्याला गोळी घालायची हे ठरलेलं असतं. मग त्यासाठी ते पिसाळलेलं आहे असं गृहीत धरलंच पाहिजे! या कलियुगात सारं असंच घडायचं, हे क्षणभर मान्य केलं तरी पूर्वीच्या सत्य, त्रेता आणि द्वापर या अधिक सज्जन युगांतसुद्धा मनुष्यस्वभाव असाच असावा याचं मला नवल वाटलं.

त्या पुराणकथेत लेखकानं दुर्वास हे एक पात्र योजलं होतं. कशासाठी तरी कुणातरी राजाच्या प्रासादात मध्यरात्री जाऊन, त्याच्या शयनागारात शिरायला प्रतिबंध करणाऱ्या दासीला शाप देण्यासाठी. ती दासी असते खरी राणी. पण राजाचं मन दासीवर जडल्यामुळं या वेळी दासी शयनगृहात असते. आणि राणी दारावर पहारा करीत उभी राहते. ही कथा तशी कृत्रिम आणि सामान्य होती. मी ती चटकन विसरून गेलो असतो. पण राहून राहून माझ्या मनात येऊ लागलं. दासीच्या रूपानं महालावर पहारा करणाऱ्या राणीला शाप देण्यासाठी लेखकानं दुर्वासाचीच का योजना करावी? या कल्पित कथेत त्यानं एखादा काल्पनिक ऋषिमुनी का निर्माण केला नाही?

माझ्या डोळ्यापुढं निरनिराळ्या पुराणकथांतल्या दुर्वासाची मूर्ती उभी राहिली. या स्वारीची नि माझी पहिली गाठभेट झाली ती नवनीतातल्या अंबरीषाच्या आख्यानात. तो अंबरीष राजाची सत्त्वपरीक्षा घ्यायला येतो. त्या दिवशी असते द्वादशी. अंबरीषाला एकादशीचं पारणं वेळेवर सोडायचं असतं. पण हे ऋषीमहाराज आपल्या प्रचंड शिष्यगणासह (मराठ्यांच्या फौजेत बाजारबुणगे असत त्याप्रमाणं दुर्वासाबरोबर शिष्यांचं भलंमोठं लटांबर अशा कथांत बहुधा असतंच! रिकामटेकड्या बैराग्यांचा वर्ग या देशात शतकानुशतकं फोफावत गेला. त्यांचा मूळ पुरुष दुर्वासाच्या या

शिष्यांपैकीच कुणीतरी असावा, असं संशोधन मी उद्या लोकांपुढं मांडलं तर एखादे वेळी पीएच.डी. मिळण्याचा संभव आहे!) स्नान करायला नदीवर गेले. ते वेळेवर परत आले असते तर राजानं त्यांच्याबरोबरच द्वादशीचं पारणं सोडलं असतं. पण हा दुर्वास असतो खरखरमुंड्यांचा पुढारी. राजाला कैचीत पकडण्याकरता हे सैन्य नदीवरून उशिरा परत येतं. मग "माझ्या आधी तीर्थ घेऊन तू एकादशी का सोडलीस?" असा प्रश्न करून दुर्वास अंबरीषाला छळण्याचा उद्योग सुरू करतो. अर्थात सर्व पुराणकथाकारांच्या मते कुणीतरी देव सज्जनांचा पाठीराखा असतोच असतो. तो शेवटी त्यांच्या मदतीला धावून येतो. या कथेत हे काम क्षीरसागरात चातुर्मास झोप घेणाऱ्या विष्णूकडं सोपविण्यात आलं आहे. त्याचं सुदर्शनचक्र दुर्वासाच्या मागं लागतं; आणि बिचारा अंबरीष दुर्वासानं आपल्या जटेतून निर्माण केलेल्या कृत्येच्या तावडीतून सहीसलामत सुटतो. शत्रूचं अठरा अक्षौहिणी सैन्य पुरवलं, पण घरी अतिथी म्हणून येणारा दुर्वासासारखा ऋषी नको, असं त्यावेळी भाविक अंबरीषाच्या मनात खास आलं असेल!

दुर्वासातला आग्यावेताळ एवढ्यातेवढ्यानं जागा होऊन शापवाणी कसा उच्चारतो आणि निष्पापांचा कसा छळ करतो हे दर्शविणाऱ्या अनेक पौराणिक कथा सर्वांच्या परिचयाच्या आहेत. कुंतीच्या आयुष्यातली अत्यंत दुःखद घटना घडली ती दुर्वासाच्या शापामुळं नव्हे हे खरं. तिच्या सेवेनं प्रसन्न होऊन त्यानं वर म्हणून पुत्रप्राप्तीचे काही मंत्र तिला दिले. यौवनात पदार्पण करीत असलेल्या त्या कुमारिकेचं कुतूहल या अद्भूत मंत्रांनी जागं केलं. आणि विवाहापूर्वीच मातृपद प्राप्त होऊन कर्णाच्या त्यागाच्या रूपानं तिनं सतत ओली राहणारी एक खोल जखम जन्मभर उरात सांभाळली. जे घडलं त्यात दुर्वासाचा काही अपराध नव्हता, कबूल केलं पाहिजे. पण ज्याचा वरसुद्धा शापाइतकाच दुःखप्रद ठरतो अशा महात्म्यापासून चार हात दूर राहणंच सामान्यांच्या दृष्टीनं श्रेयस्कर असतं. ही कथा वाचताना असं वाटतं की, कुठल्याही राजवाड्यात वाटेल त्या वेळी जाऊन इच्छाभोजन मागणारा किंवा हवे तितके दिवस तिथं राहून राजकन्येकडून सेवेची अपेक्षा करणारा हा लहरी कोपिष्ट ऋषी कुंतीच्या आयुष्यात आला नसता तर फार बरं झालं असतं, एवढंच नव्हे तर भारतीय युद्धसुद्धा टळू शकलं असतं!

या कथेखरीज इतरत्र जो दुर्वास आपल्याला भेटतो तो एवढ्या-तेवढ्यानं डोक्यात राख घालणारा एक भयंकर ऋषी म्हणून. त्याचा तो नाकावर बसलेला राग सर्वसामान्य संसारी मनुष्यालासुद्धा शोभणार नाही! पांडव वनवासात असताना द्रौपदीचं सत्त्व पाहण्याकरिता ही स्वारी शिष्यांच्या प्रचंड लेंढारासह पांडवांच्या पर्णकुटिकेपाशी प्राप्त झाली. वस्त्रहरणाप्रमाणं याही प्रसंगी श्रीकृष्ण द्रौपदीच्या मदतीला धावला म्हणून तिची अब्रू बचावली, नाहीतर सभेत अनेक परखड प्रश्न

विचारून भीष्म-द्रोणांना कुंठित करणाऱ्या या द्रौपदीला इतक्या लोकांच्या पानांत काय वाढायचं, याविषयीच्या विचारानं वेड लागलं असतं!

प्रभू रामचंद्राच्या आयुष्याच्या शेवटच्या काळात हे दुर्वासमहाराज असेच एके दिवशी त्याच्या राजवाड्यात दत्त म्हणून उभे राहतात. राम दुसऱ्याच एका मुनिवर्याशी (तो म्हणे साक्षात कालपुरुषाचा अवतार होता) एकांतात बोलत बसला होता. या एकांताचा भंग होऊ नये म्हणून, कुणालाही आत सोडायचं नाही अशी आज्ञा देऊन लक्ष्मणाला त्यानं दारावर उभं केलेलं असतं. पण हे दुर्वासऋषी नाट्यपूर्ण रीतीनं तिथं प्रगट होतात; आणि नाईलाजानं रामाची आज्ञा मोडून आत गेल्याबद्दल लक्ष्मणाला शिरच्छेदाची शिक्षा देण्याची पाळी मर्यादा-पुरुषोत्तमावर येते.

एक ना दोन, अशा दुर्वासाच्या किती गोष्टी सांगाव्यात! कालिदास कल्पकतेचा कल्पवृक्ष. त्याची प्रतिभा जितकी भव्य तितक्याच रम्य कल्पनांनी लगडलेली. पण दुष्यंताला विस्मरणाचा शाप दिल्याशिवाय शाकुंतलाच्या नाट्यकथेचं गाडं पुढं जाऊ शकणार नाही हे लक्षात येताच त्यालासुद्धा या दुर्वासाचेच पाय धरावे लागले!

लहानपणी या गोष्टी वाचताना मला मोठी मौज वाटे. दुर्वास हा कुणीतरी खाष्ट, नतद्रष्ट म्हातारा असावा अशी माझी त्या वेळी समजूत होती. मात्र वाढत्या वयाबरोबर या साऱ्या कथा मला थोड्याफार विचित्र आणि किंचित उथळ वाटू लागल्या. वेळी-अवेळी संतापणारा आणि तोंडाला येईल तो शाप देणारा हा ऋषी पुराणकथाकारांनी आपल्या सोयीसाठी कल्पिलेली एक व्यक्ती आहे, हे मला हळूहळू जाणवू लागलं. या दुर्वासाच्या अंगी कोणताही सद्‌गुण, किंबहुना दुसरा कुठलाही अवगुणसुद्धा दाखविण्याची तसदी एकाही कथाकारानं घेतली नाही. कालांतराने दुर्वासाविषयी माझ्या मनात जो राग दबा धरून बसला होता तो ओसरला. त्याच्याविषयी मला करुणा वाटू लागली. मोठमोठ्या प्रतिभावंतांनी नकळत त्याच्यावर अन्याय केला आहे, ही जाणीव माझ्या मनात निर्माण झाली.

आणि आज तर हा अन्याय घडण्याचं कारण अंधुकपणे मला कळू लागलं आहे. आपलं जीवन काय किंवा साहित्य काय, दोन्हींतही चाकोरी ही फार श्रेष्ठ देवता आहे. मेंढरामागून मेंढरू जातं त्याप्रमाणं पिढ्यान्‌पिढ्या आपण ठराविक कल्पनांचा, भावनांचा आणि विचारांचा पाठपुरावा करीत आलो. व्यक्ती आणि समाज या दोहोंचंही जीवन हा एक सतत बदलता असा नदीचा प्रवाह आहे, याची दखल आपण गेल्या हजार-दोन हजार वर्षांत फारशी घेतलेली नाही. संस्कृत नाटकातली प्रथमदर्शनीच प्रेमात पडणारी नायक-नायिका पाहावीत, शतकानुशतके चालत आलेल्या आपल्या धार्मिक रुढींची चिकित्सा करावी. धर्मापासून कलेपर्यंत आणि रावापासून रंकापर्यंत सर्वांचे साचे आपण एकदा तयार करून ठेवले ते ठेवले. त्यातला कुठलाही साचा मोडण्याचं धैर्य आपल्याला इंग्रजी अंमल या देशात येईपर्यंत झालं नाही. भोवतालचं जीवन बदलत

असताना त्याच्याशी मिळतं जुळतं घेण्यासाठी जो वैचारिक लवचिकपणा लागतो त्याचा आपल्यात अजूनही अभाव आहे.

बिचारा दुर्वास! तो आमच्या या साचेबंदपणाला बळी पडला! आपल्या कथानकासाठी त्याचा जरूर तेवढा उपयोग करून घेणाऱ्या एकाही कथाकारानं त्याच्याकडं माणूस म्हणून पाहिलं नाही. त्याच्याविषयीच्या साऱ्या प्रचलित कथा एकाच दुर्वासाच्या असतील असं मला म्हणायचं नाही. दुर्वास हे व्यक्तीचं नाव नसून कुलनाम असू शकेल. या साऱ्या कथा कल्पितही असू शकतील. पण कल्पिताची किंमत वाढते ती त्याला वास्तवाचा स्पर्श होतो तेव्हाच! अगदी अवास्तव असं कल्पित बालपणाची सीमा ओलांडली की माणसाच्या मनाला रिझवू शकत नाही. त्याच्या बुद्धीला चालना देऊ शकत नाही. दुर्वास हे माणसाचं नाव नसून आडनाव होतं असं मानलं, तरी या एकाच घराण्यात रागीटपणाचा उच्चांक गाठणारे पुरुष का निर्माण व्हावेत? आनुवंशिक गुणदोषांनाही काही मर्यादा आहेत की नाही? 'बाप तसा बेटा' ही म्हणसुद्धा व्यवहारात अपवादानंच येते; मग आजोबा तसा नातू आणि खापरपंजोबा तसा खापरपणतू असं एखाद्यानं म्हटलं तर त्याच्यावर कोण विश्वास ठेवील?

दुर्वास एवढा कोपिष्ट असण्याचं काही सबळ कारण कथाकारानं द्यायला नको का? शाप देण्याचं सामर्थ्य अंगी असलेल्या ऋषीला रागाचा भर ओसरून गेल्यावर पश्चात्ताप व्हायला नको का? शाप दिल्यानं ऋषीमुनींचं तपोबल कमी होतं, असा पुराणकथांचा संकेत आहे. मग इतके शाप देऊनही दुर्वासाच्या तप:सामर्थ्याला कुठंही ओहोटी लागलेली दिसत नाही. जणू काही त्यानं केलेलं तप हा कधीही न हटणारा एक महासागरच होता.

अनेकदा माझ्या मनात येतं, 'गुड बाय मिस्टर चिप्स' या कधीही न कोमेजणाऱ्या हिल्टनच्या कथेत वृद्ध चिप्स गुरुजी जसे शाळेजवळच्या एका घराच्या अंगणात आरामखुर्चीत पडून गतजीवनातील नानाविध प्रसंग पाहतात, तसं काही दुर्वासाच्या बाबतीत एखाद्या प्रतिभावान लेखकानं केलं तर काय बहार येईल? वार्धक्यामुळं का होईना, आपल्या शापांच्या सर्व प्रसंगांकडं तो थोड्याफार अलिप्तपणानं पाहील आणि मग त्याच्या डोळ्यांत शकुंतलेवर आपण केवढा अन्याय केला या जाणिवेनं अश्रू उभे राहतील; तो मनोमन द्रौपदी, अंबरीष इत्यादिकांची क्षमा मागेल.

असंच आणखी एक दुर्वासाचं चित्र माझ्या कल्पनाचक्षूंपुढे केव्हा केव्हा उभं राहतं. ते आहे त्याच्या संसारी जीवनाचं. पूर्वीचे ऋषीमुनी तपस्वी असले तरी सारेच ब्रह्मचारी राहत असत असं नाही. त्यांतले पुष्कळ गृहस्थधर्माचा आनंदानं स्वीकार करीत. प्रापंचिक जीवनाच्या जबाबदाऱ्या मन:पूर्वक स्वीकारीत. प्रभू रामचंद्रासारखा पाहुणा आश्रमात आला म्हणजे ते त्याच्या आगतस्वागतात काही न्यून पडू देत नसत. त्यांचं आपल्या सहचारिणीवर प्रेम असे. त्यांना मुलबाळं होत. मुलीच्या

लग्नाची काळजी, आजच्याप्रमाणं त्या काळच्या ऋषींनाही वाटे. ती वाटत असल्याशिवाय कण्वानं "मुलगी ही दुसऱ्याची ठेव आहे. ती ज्याची त्याला पोचती करून माझं मन आज स्वस्थ झालं आहे" अशा अर्थाचे उद्‌गार काढले असते काय? मुलंबाळं झालेला दुर्वास पुराणकथांत चित्रित केला जातो तसा कोपिष्ट राहिला असता का? नदीच्या प्रवाहात सतत राहिल्यामुळं तिच्यातल्या दगडगोट्यांनासुद्धा गुळगुळीतपणा येतो, मग संसाराच्या सरितेत सदासर्वदा उभ्या असलेल्या माणसाची काय कथा! तापट दुर्वासाचे पहिल्यापहिल्यांदा बायकोशी खटके झाले असतील, हे मी मान्य करतो. तिनं माहेरी जाण्याची धमकी देण्याचे प्रसंगही दुर्वासाच्या जीवनात ओढवले असतील. पण त्या प्रसंगाबरोबरच तिनं त्याच्या कपाळावर हात ठेवून, "अगं बाई, किती तापलंय तुमचं डोकं! इतक्या कडक उन्हातून दुर्वा आणि समिधा गोळा करायला स्वत:च जायला हवं होतं का? मी वेडी उगीच रागावले तुमच्यावर! आतल्या खोलीतल्या मृगाजिनावर घटकाभर पडावं. मी थोडा रस देते तो घ्यावा. दोन घटका डोळा लागला म्हणजे चांगलं बरं वाटेल आपल्याला–" असे उद्‌गार काढले नसते काय? आणि मग पेटू लागलेला वणवा मुसळधार वृष्टीनं शांत व्हावा तसा पतिपत्नींचा कलह हां हां म्हणता शांत झाला असता. लहानमोठ्या आणि मंद व तैलबुद्धीच्या शिष्यांना शिकविताना, जवळ लडिवाळपणानं येऊन गळा खाजवावा म्हणून उभ्या राहिलेल्या हरीणपाडसाला गोंजारताना, सायंसंध्येच्या समयी सूर्यास्त पाहता पाहता मानवी जीवनाच्या नश्वरतेची जाण येऊन अंतर्मुख वृत्तीनं 'ॐ तत्सवितुर्' हा मंत्र म्हणताना, एखाद्या नवीन मंत्राचं स्फुरण मनासारखं शब्दरूप धारण करीत नाही म्हणून मध्यरात्री अस्वस्थपणे पर्णकुटीबाहेर येऊन नक्षत्रखचित गगनमंडलाकडे पाहताना मूळचा अतिरागीट दुर्वास काय तसाच राहिला असता.

माझ्या हातून कधीही लिहून होणार नाही अशी या दुर्वासाची एक कथा मनात केव्हा केव्हा डोकावते– दुर्वास ब्रह्मचारी राहिला आहे. त्यामुळे त्याचा तापटपणा वाढला आहे. अशा स्थितीत कण्वाप्रमाणं त्यालाही एक अनाथ अर्भक सापडतं. वन्य जातीतील एका दुर्दैवी तरुणीचं अपत्य. पण ते बालक जागच्या जागी सोडून पुढं जाण्याचा निष्ठुरपणा तो दाखवू शकत नाही. त्याचे पाय त्या चिमण्या जीवापाशीच घुटमळतात. त्याच्यातला विद्वान ऋषी आणि कोपिष्ट समंध हे दोघेही क्षणभर पडद्याआड जातात. उरतो तो फक्त निखळ माणूस– दुसऱ्याच्या दु:खाकडं पाहून करुणेनं ओलाचिंब होणारा माणूस. हा माणूस त्या अर्भकाला घेऊन आश्रमात येतो. त्याचं संगोपन करू लागतो, आणि या लहानग्या बालकाला वाढविता वाढविता त्याच्या सहवासात काही वेळा स्वत:च लहान होतो. हळूहळू बदलू लागतो. ज्वालामुखीचा हिमालय होण्याची क्रिया सुरू होते.

पण दुर्वासाला असा न्याय देण्याची कल्पना प्रतिभावंत पुराणकथाकारांना सुचली नाही याचं कारण एकच. एखाद्या मनुष्याला कुठल्या तरी सद्‌गुणाचा किंवा

दुर्गुणाचा पुतळा केला आणि त्या स्वभावविशेषाच्या आधारावर आपली कथा गुंफली की बस्स, अशी आपली परंपरागत धारणा. पण माणसाला असं तुकड्यातुकड्यानं पाहणं किती चुकीचं आहे! त्यात त्या व्यक्तीवर अन्याय होतो, एवढंच नव्हे तर आपण स्वत:ला वास्तवापासून दूर नेतो आणि माणसाला निर्माण करणाऱ्या परमशक्तीशी विद्रोह करतो. साचे आणि चाकोऱ्या यांच्या भाऊगर्दीत या सत्याची जाणीव आपल्याला सहसा झाली नाही. आजही दुर्दैवानं आपण तीच चूक करीत आहो. माणसाच्या जीवनातल्या कुठल्यातरी एखाद्या प्रवृत्तीवर– मग ती कामवासना असो, धनलोभ असो अथवा वैफल्यभावना असो– आपण भलताच जोर देत आहो. आणि माणूस म्हणजे ही विशिष्ट प्रवृत्ती असा खोटा भास निर्माण करीत आहो! माणसात जशी उद्दाम कामुकता आहे तशी वासनेच्या खूपखूप पलीकडं जाऊन निरपेक्ष प्रेम करण्याची शक्तीही आहे. नानाविध अमंगल मार्गांनी लाखोपती होण्याची धडपड आपल्याभोवती चालू असली तरी पैशाकडं पूर्णपणे पाठ फिरवून मानवतेची निष्काम सेवा करणारी माणसं आपल्याला भेटत नाहीत असं नाही. वैफल्याइतकाच आशावाद हाही मानवी वृत्तीचा एक अमर घटक आहे.

मनुष्य हा विविध वासनांनी, अनेक भावनांनी सिद्ध केलेलं आणि क्षुद्र, हीन, स्वार्थी विचारांपासून भव्य, उदात्त व विश्वकुटुंबी विचारांपर्यंत अनेक घटकांनी बनविलेलं एक अजब रसायन आहे. प्रत्येक व्यक्तीत या रसायनातील विविध द्रव्यं कमीअधिक प्रमाणात असतात. कित्येकांच्या जडणीघडणीत काही द्रव्यं अजिबात नसतात. हे सर्व खरं असलं तरी प्रत्येक माणूस हे एक कोडं आहे, गूढ आहे, अद्‌भुत विश्व आहे याचा विसर पडू देणं म्हणजे केवळ एका व्यक्तीवर नव्हे तर साऱ्या मानवजातीवर आग पाखडण्यासारखं आहे.

अनेकदा माझ्या मनात एक कल्पना येते– प्रत्येक व्यक्तीत एक नायक अथवा नायिका, एक खलपुरुष अथवा एक खल स्त्री आणि एक विदूषक एवढीच असतात असं नाही; नाटकाला आवश्यक असणारी इतर सटरफटर पात्रेही तिच्या अंतरंगात वास करीत असतात. त्या व्यक्तीच्या वाट्याला जे जीवन येतं त्याला अनुसरून या सर्व पात्रांपैकी कुठलंतरी पात्र आपलं डोकं वर काढतं. मग इतर पात्रं मागं पडतात; आणि त्या एका पात्राच्या हालचालीवरून त्या व्यक्तीची संपूर्ण ओळख झाली असं मानून आपण चालतो. केवढा मोठा भ्रम आहे हा! एक माणूस दुसऱ्या माणसाला पूर्णपणे कळणं कधीही शक्य नाही. हिमनगाप्रमाणं त्याचा पाण्यावरला छोटा भाग इतरांना दिसतो. पण पाण्याखाली असलेला त्याचा फार मोठा भाग? कधीच कुणाला दिसत नाही!

मौज, दिवाळी, १९७९ ■

क्रूस की सूळ?

'I Have to bear my cross! that's all' एवढं बोलून प्रा. सहस्त्रबुद्धे उठले. अच्छा म्हणून चालू लागले.

इंग्रजीच्या प्राध्यापकांनी बोलता बोलता मधेच एखादं वाक्य इंग्रजीत बोलावं यात अस्वाभाविक असं काहीच नाही. माझे अनेक सुशिक्षित मित्र बोलताना, लिहिताना असं करतात. पण सहस्त्रबुद्धे निघून गेल्यावर मी स्वत:शीच हसलो, तो त्यांच्या बोलण्याच्या पालुपदानं. मनात आलं, गाण्याप्रमाणं रडगाण्यालाही धृपद असतं हेच खरं! 'I Have to bear my cross!' (माझा क्रूस मलाच वाहून नेला पाहिजे) हे त्यांचं नेहमीचं पालुपद. स्वारी कुठेही भेटो, रस्त्यात सहज दिसो अथवा गप्पा मारण्यासाठी घरी येवो, आगगाडीनं चटकन रूळ बदलावेत तसं नेहमी त्यांचं बोलणं स्वत:वर येई. मग सुरू ती एखादी रडकथा! शेक्सपिअरच्या शोकांतिका उत्तम रीतीने शिकविणाऱ्या या गृहस्थाला नित्याची छोटी दु:खं इतकी भयंकर का वाटतात हा प्रश्न मला नेहमीच अस्वस्थ करी. 'पुराणतली वांगी पुराणत' या म्हणीनं स्वत:चे समाधान करून घेऊन मी त्या प्रश्नाच्या टोचणीतून मुक्त होई.

आज असंच झालं. प्राध्यापक महाशय गप्पा मारायला म्हणून आले. मी नुकत्याच वाचलेल्या एडवर्ड आल्बीच्या 'Who is afraid of virgina Wolfe' या नाटकाविषयी माझ्या शंका मी त्यांना विचारू लागलो. पण त्यांचे निरसन करण्याऐवजी सहस्त्रबुद्धे खानदेशात एका खेड्यात राहणाऱ्या आपल्या वृद्ध वडिलांच्या दुखण्याविषयी बोलू लागले– 'वडिलांना मी इकडं आणलं होतं, पण त्यांना इथं करमत नाही. माझ्या गावातच मी मरणार हा त्यांचा हट्ट! वृद्धापकाळी त्यांची सेवा करावी असं मला फार फार वाटतं. पण उंटावरून शेळ्या कशा हाकायच्या? एक मी तरी नोकरी सोडून खेड्यात रहायला हवं– मग काय पोटात काटे भरणार? त्यांनी इथं राहावं म्हणून मी खूप आर्जवं केली पण– आता मी काय करावं हे तुम्हीच सांगा? खेड्यातले लोक म्हणत असतील, मुलगा आता बापाला विचारीत नाही. I have to bear my cross!'

अशावेळी मी त्यांची समजूत घालण्याचा प्रयत्न करू लागतो. 'तुमचंही बरोबर आहे आणि तुमच्या वडिलांचंही बरोबर आहे' असं मी म्हटलं की रागानं म्हणतात, 'तात्यासाहेब केळकर नि वामनराव जोशी यांच्यासारखेच तुम्हीही दुटप्पी बोलता. म्हणे हेही खरं आणि तेही खरं. असं कसं होईल. एक खरं असलं तर दुसरं खोटं असलंच पाहिजे!'

हे ऐकूनसुद्धा मी त्यांना म्हणतो, 'तुमच्या वडिलांचं सारं आयुष्य ज्या खेड्यात गेलं ते सोडणं त्यांच्या जीवावर येत असेल. मनुष्य स्वभावाला हे धरून नाही का? अहो, माणूस हा सवयीचा गुलाम आहे. सकाळी चहाला उशीर होऊ दे किंवा रोजची टपालाची वेळ चुकू दे, लगेच आपण अस्वस्थ होतो. मग ज्या मातीशी नि ज्या माणसाशी जन्मभर मनाचे धागे गुंफले गेले आहेत ती माती नि ती माणसे सोडून परठिकाणी रहायला म्हातारी माणसं तयार नसतात यात नवल नाही. आपल्या कौटुंबिक जीवनात भराभर बदल होऊ लागले आहेत. त्यामुळे अशी लहानसहान दुःखं निर्माण होत राहणारच. आपण सर्वांनी परिस्थितीशी जुळवून घ्यायला शिकलं पाहिजे.'

माझं हे पांडित्य त्यांना नेहमीच उथळ वाटतं. 'I have to bear my cross!' असं अत्यंत गंभीरपणानं उद्गारून ते माझा निरोप घेतात. त्यांचं कुठलंही दुःखं मोठं किंवा उत्कट असतं असं नाही. सध्याच्या घरटंचाईच्या काळात एका बंगल्यात चांगला ब्लॉक त्यांना मिळाला आहे. पण तो बंगला सखल भागात आहे. गेल्या आठवड्यात खूप पाऊस पडला. बंगल्याभोवती दलदल झाली. त्यानंतर आमची गाठ पडली तेव्हा ते कपाळाला आठ्या घालीत म्हणाले, 'या पावसानं अगदी भंडावून सोडलं बुवा. परवा संध्याकाळी कॉलेज सुटल्यावर घरी पोहत जायची पाळी आली माझ्यावर.' यंदा पाऊस चांगला पडला. गतवर्षीच्या अवर्षणानं सुकून गेलेल्या धरित्रीच्या मुखावर हिरवळीची हास्यरेखा चमकू लागली. या गोष्टींची जणू काही त्यांना दादच नव्हती! आपली सुरेख पँट गुडघ्यापर्यंत वर करून चिखलातून जावं लागलं हे त्यांचं दुःख! शाळेत त्यांच्या धाकट्या मुलाची दुसऱ्या मुलाशी थोडी मारामारी झाली की, एखाद्या शहरात जातीय दंगल व्हावी तसे ते अस्वस्थ होतात. बायको फ्ल्यूने आजारी पडली की दुर्दैव माझ्या मागं हात धुवून लागलं आहे! असं म्हणत कपाळाला हात लावतात.

आमचा परिचय झाला तेव्हा त्यांच्या तक्रारी मी थोड्या गंभीरपणानं ऐकत असे. हळूहळू माझ्या लक्षात आलं, जगात सदैव कुरकुरणाऱ्या माणसांची एक फार मोठी जमात आहे, तिच्यात सहस्रबुद्ध्यांचा जन्म झाला आहे. त्यांच्या प्रत्येक लहानसहान तक्रारींचे पालुपद असतं. 'I have to bear my cross!' ख्रिस्तानं मनुष्य जातीच्या तारणाकरिता जो क्रूस खांद्यावरून वाहून नेला आणि ज्याला टांगून, खिळे ठोकून त्याला

जिवे मारण्यात आलं तो क्रूस कुठं व सहस्त्रबुद्ध्यांच्या भाषणात उठल्यासुटल्या येणारा क्रॉस कुठं? कुठं इंद्राचा ऐरावत नि कुठं शामभट्टाची तट्टाणी! एखाद्या फुसक्या फटाक्यानं मुलुखमैदानची बरोबरी करायला जावं अशातलाच हा प्रकार!

या प्राध्यापक महोदयासारखेच दुसरे एक गृहस्थ आहेत. माझ्यापेक्षा वयानं मोठे, वार्धक्यामुळं घराबाहेर पडू न शकणारे. पण स्वातंत्र्य लढ्यात मोठ्या जिद्दीनं पडलेले, लढलेले, गांधीजींबरोबर आपण दांडीयात्रेत होतो ही गोष्ट नेहमी अभिमानाने सांगणारे. तुरुंगातल्या हालअपेष्टा आणि तिथून बाहेर पडल्यावर लोकांनी काढलेल्या मिरवणुका या दोन्हींचेही चविष्टपणानं वर्णन करणारे. मी संध्याकाळी फिरायला जातो तो त्यांच्या घरावरून. एखादवेळी स्वारी दारात उभी असते. मला हाक मारते. तसा आमचा विशेष स्नेहसंबंध नाही. पण त्यांनी हाक मारली म्हणजे त्यांचा मान ठेवण्याकरिता मी आत जातो. ते थोरल्या नाही तर धाकट्या सुनेला आणि त्या दोघीही घरात नसल्या तर शाळकरी नातीला चहा टाकण्याचा हुकूम सोडतात. 'संध्याकाळी चहा घेतला म्हणजे मला मला झोप येत नाही,' अशी थाप मारून मी लवकर सुटण्याचा प्रयत्न करतो. पण तो यशस्वी होत नाही.

त्यांचे आत्मपुराण सुरू होतं. पुराण कुठल्याही प्रसंगाचं असलं तरी त्याचा शेवट एकाच तात्पर्यानं होतो– 'आताशी माझ्याकडं कुणी फिरकत नाहीत. पूर्वी मुंग्यासारखी माणसांची रीघ लागायची. कुणी व्याख्यानाला बोलवायचा, कुणी अध्यक्ष करायचा, कुणी घरच्या लग्नाला हजर राहून आशीर्वाद द्यावेत म्हणून मनधरणी करायचा. वर्तमानपत्रात माझं भाषण किंवा फोटो आला नाही असा आठवडा जायचा नाही; पण आता काय, लोक मला विसरले. फार फार दुःख होतं याचं. त्या हजारो लोकांच्या त्या सभा, गळ्यात पडणारे ते हार, माझ्या नावाचा सभेत होणारा तो जयजयकार हे सारं आठवत राहतं. वाटतं जग कृतघ्न आहे.

त्यांचं वक्तव्य या टप्प्यापर्यंत आलं म्हणजे मला बोलल्याशिवाय राहवत नाही. मी गोडीगुलाबीच्या स्वरात म्हणतो, 'हे पहा काकाजी, काळ सारखा पुढं धावत असतो. काल देवाला वाहिलेली फुलं आज कोमेजून जातात. निर्माल्य म्हणून आपण ती तुळशीवृंदावनात टाकतो. त्या फुलांनी जगाच्या कृतघ्नपणाविषयी कधी तक्रार केली आहे का? अहो, सर्व गुणी माणसांच्या बाबतीत नेहमी असंच घडतं. दहा वर्षापूर्वी आबालवृद्धांना वेड लावणारी नटी आज कुठं तरी कोपऱ्यात जीवन कंठित असते. जग नेहमीच पुढं धावत असतं– शर्यतीच्या घोड्यासारखं–! त्याला मागे वळून पहायला वेळ नसतो.'

याच सुरात मी बोलत राहतो, पण या सद्‌गृहस्थाचं मी समाधान करू शकत नाही. पुढं आलेला चहा मी झटकन् घशाखाली लोटतो आणि त्यांचा निरोप घेऊन बाहेर पडतो.

याच माळेतल्या एका तरुण मुलीविषयी मला नेहमी हाच अनुभव येतो. ती

माझ्या दिवंगत स्नेह्याची मुलगी. आईच्या इच्छेविरुद्ध लग्न केलं तिनं, तिला शिकवायला येणाऱ्या एका मास्तराशी. यात काही गैर झालं नाही. पण शिक्षकीपेशातल्या माणसाशी लग्न केल्यामुळं तिला नोकरी करावी लागत आहे. सुदैवानं कारकुनी करण्याइतकं शिक्षण तिला मिळालंय्. पण ती जेव्हा जेव्हा माझ्याकडं येते तेव्हा तेव्हा तिचा दीर नि जाऊ यांच्या कथा सुरू करते. लग्न झाल्यावर आपणहून स्वतंत्र बिऱ्हाड केलेले असतं. दीर एक लोकप्रिय डॉक्टर, मोठ्या गोड स्वभावाचा, त्यामुळं घरी राबताही मोठा. बाहेर गावाहून येणारे अनेक बडे पाहुणे, त्यांच्याच घरी उतरतात. हिचं लग्न झालं तेव्हा जाऊ आजारी होती. घरात नोकर-चाकर असले तरी गृहिणी म्हणून जिला वावरावं लागतं तिच्यावर अनेक कामांचा ताण पडतोच. तो ताण या राजाराणींना असह्य झाला. हिनं स्वतंत्र बिऱ्हाड करण्याचा बूट काढला. दिरानं तो नाखुषीनं मान्य केला. या गोष्टीला आता चार-पाच वर्षं होऊन गेली. ही मुलगी माझ्याकडं आली की, 'जाऊबाईंची काय चैन चाललीय. माजघरातून अंगणात यायचं असलं तरी गाडी मिळते त्यांना. नोकरचाकरांना काही कमी नाही. आमचे मात्र हाल चाललेत. बस चुकली की, ऑफिसला रखडत जावं लागतं. घरी छोट्याला सांभाळायला बाई ठेवली आहे. तीच माझा निम्मा पगार खाऊन जाते. भाऊजी डॉक्टर झाले ते घरच्या शेतीच्या उत्पन्नावर. ती शेती गेली, पण भाऊजींचे उत्पन्न कायम झालं. आम्ही मात्र जन्मभर रखडत राहणार!'

तिचं तेच ते बोलणं ऐकण्याचा मला कंटाळा येतो. एखादवेळी मी सूचकपणानं म्हणतो, 'तुझ्या दिरानं काही तुला निराळं बिऱ्हाड करायला सांगितलं नव्हतं. तू थोडी कळ सोसायला हवी होतीस. तुझी जाऊ आजारी होती. ती बरी झाल्यावर तुझ्यावरचा ताण कमी झाला असता. ज्या वेलीची फुलं हवी असतात तिला आपण पाणी घालायला नको का? संसारही तसाच आहे. प्रेम द्यावं नि–'

ती कुर्‍यातच उठते, 'येते' म्हणून तरातरा चालू लागते.

अशी अनेक माणसं प्रत्येकाला भेटत असतील. ही सारी माणसं सहस्रबुद्ध्यांप्रमाणं उठल्यासुटल्या क्रुसाची भाषा बोलत नसतील, पण यापैकी ज्याच्या त्याच्या बोलण्याचा रोख एकच असतो– 'देवानं म्हणा, दैवानं म्हणा, जगानं म्हणा, समाजानं म्हणा किंवा कुणी काकामामानं म्हणा आपल्यावर फार मोठा अन्याय केला आहे. आयुष्याच्या परीक्षेत पहिल्या वर्गात येण्याइतकी आपली लायकी; पण या छुप्या शत्रुंपैकी कोणीतरी आपल्याला नापास करून टाकलंय!'

अशा कुरकुरणाऱ्या माणसांच्या जातीत माझाही समावेश करता येईल. घरची माणसं काय किंवा बाहेरची काय तोंडावर तसं बोलून दाखवीत नाहीत. फरक असलाच तर एवढाच की, सहस्रबुद्ध्यांसारखा स्वतःच्या तक्रारींचा पाढा जो भेटेल त्याच्यापुढं मी वाचीत नसेन, पण माझ्या अंर्तमनात डोकावण्याचा धीर मला

अनेकदा होत नाही. तिथं अशीच काही चडफड नाही तर तडफड सुरू असते. वैद्य-डॉक्टरांच्या साऱ्या आज्ञा एखाद्या सैनिकाप्रमाणं मी काटेकोरपणाने पाळीत आलो, तरीही उभ्या जन्मात प्रकृतीनं आपली मेहेरनजर माझ्याकडं वळवली नाही! मात्र आरोग्यशास्त्रात पाठ केलेले सर्व नियम पायाखाली तुडवून जगणारी अनेक माणसं माझ्यापेक्षा धट्टीकट्टी राहिली आहेत. असं का व्हावं! या कोड्याचं उत्तर शोधण्यासाठी देव, दैव, प्राक्तन, नियती इत्यादी मंडळींपैकी मी कुणाचाही आश्रय करीत नाही. अंकगणितात सम आणि व्यस्त त्रैराशिकांचे नियम असतात. मानवी जीवनात ते नाहीत. इथं त्रैराशिक सम आहे की व्यस्त आहे हे उत्तरावरूनच ताडावं लागतं. कुठल्याही अज्ञात किंवा काल्पनिक गोष्टीवर आपल्याला भोगाव्या लागणाऱ्या दुःखांचे खापर फोडणं मला पटत नाही.

नवलाची गोष्ट ही की, सदैव किरकिर-कुरकूर करणाऱ्या माणसात सुस्थित आणि सुशिक्षित व्यक्तीच अधिक प्रमाणात आढळतात. सटवीनं लिहिलेला ललाट लेख कुणालाही पुसून टाकता येत नाही, या भोळ्याभाबड्या श्रद्धेनं न शिकलेली माणसे ओठ दाबून दुःखाच्या वेदना सहन करीत राहतात. 'मना त्वाचि रे पूर्व संचित केले! तयासारिखे भोगणे प्राप्त झाले!' या ओळी पांडित्याशी काडीचाही संबंध नसलेली ही मंडळी गुणगुणत असतील असं नाही. पण ती वागतात मात्र सत्य पचनी पडल्याप्रमाणं. त्याच्याशी तुलना केली म्हणजे सुशिक्षितांचा तक्रारखोर स्वभाव अधिकच केविलवाणा वाटू लागतो. सहस्रबुद्धे आणि मंडळी धड दैववादी नसतात, धड प्रयत्नवादी नसतात, धड श्रद्धाशील नसतात, धड विवेकनिष्ठ नसतात. पूर्व संचितासारख्या परंपरागत कल्पनांवर त्यांचा विश्वास नसणे स्वाभाविक आहे. पण जुन्या श्रद्धांकडे पाठ फिरविल्यानंतर बुद्धिवादाच्या मागून तो नेईल तेथे जाण्याची त्यांची तयारी नसते. त्रिशंकुसारखी ही माणसं एका भावनिक पोकळीत सदैव फडफडत राहतात.

बुद्धिवादी दृष्टीने जर या मंडळींनी जीवनाचा विचार केला तर आपल्या कुरकुरी आणि तक्रारी किती बालिश असतात हे त्यांचं त्यांना सहज कळून येण्याजोगं आहे. विश्वाच्या रंगभूमीवर चाललेल्या महानाट्यात आपण एक नगण्य नट आहोत ही जाणीव ज्याच्या मनात जागी राहते तो स्वतःच्या आयुष्यातल्या लहानमोठ्या दुःखांकडं घटकाभर का होईना अलिप्तपणानं पाहू शकतो. पण पायापलिकडे न पाहणारी ही माणसं आपण एखाद्या गोडगोड प्रणयकथेचे किंवा भावपूर्ण सुखांतिकेचे नायक आहोत या कल्पनेला कवटाळून बसतात; जग आणि जीवन यांच्यापासून भलभलत्या अपेक्षा करीत राहतात. अशावेळी बुद्धदेवाच्या चरित्रातली एक साधीसुधी कथा त्यांना सुनावण्याचा मोह मला अनावर होतो. मुलाच्या मृत्यूमुळे शोकमग्न झालेल्या आणि त्याच्या प्राणांची भिक्षा मागणाऱ्या किसा गौतमीला बुद्धानं एवढंच सांगितलं, 'जिथं कधीच मृत्यू घडलेला नाही अशा घरातून मुठभर मोहऱ्या घेऊन

येशील तर तुझ्या मुलाला मी जिवंत करू शकेन.' किसा घरोघर हिंडली. तिच्या पायांची चाळण झाली. पण तिला असं घर कुठंही आढळलं नाही. या भ्रमंतीनं तिचा मुलगा तिला परत मिळाला नाही. पण जन्माला आलेल्या प्रत्येक माणसाला जीवनाचा जो खेळ खेळावा लागतो त्याचे नियम तिला कळले.

किसा गौतमीला उमजलेलं सत्य जीवनावर पूर्ण प्रकाश टाकू शकतं. मरण हा जीवनाचाच एक भाग आहे हे अशा प्रकाशात माणसाला स्पष्ट दिसतं. बुद्धिवाद्याला तर हा प्रकाश इतरांच्या आधी दिसला पाहिजे. माणूस जन्माला येतो तो विशिष्ट स्वभाव घेऊन, विशिष्ट परिस्थितीत. व्यक्तीनं कुठल्या देशात आणि कोणत्या कुटुंबात जन्म घ्यावा हे काही तिच्या इच्छेवर अवलंबून नसतं. परिस्थितीच्या स्वभावातल्या गुणदोषांच्या आणि सभोवतालच्या बऱ्या वाईट माणसांच्या शृंखला पायात घालून घेऊन प्रत्येकाचं जीवननृत्य सुरू होते. कधी कधी सोन्याच्या सुंदर साखळ्या असतात. कधी कधी त्या लोखंडी बेड्या ठरतात. पण मुक्त नृत्याला या दोन्हींचाही सारखाच काच होतो, अडथळा येतो. जन्मजात शृंखलाचा हा जाच-काच व्यक्तीला कुणातरी खांद्यावर लादलेल्या सुळासारखा वाटणं स्वाभाविक आहे. पण उठल्यासुटल्या हा सूळ म्हणजे क्रूस आहे असे मानून आपल्या दुःखाचं खापर दुसऱ्या कुणाच्या तरी माथ्यावर फोडीत सुटणं हा बुद्धिवादाचा पराभव आहे. उत्कृष्ठ शोकांतिकेत आंधळ्या नियतीच्या प्रभावाइतकाच किंबहुना त्याहूनही अधिक नायकाच्या स्वभाव वैशिष्ट्याचा भाग असतो. हे विसरणं म्हणजे जीवनाला आधारभूत असलेल्या सत्याकडं पाठ फिरवून चालण्यासारखे आहे.

अष्टौप्रहर कुरकुरणारी माणसं मृगजळाचा शोध करीत भटकत असतात. विश्वाच्या विराट व्यवहारात ज्याला फुलपाखराच्या क्षणिक फडफडीइतकंही महत्त्व नाही असं दुःखसुद्धा आपल्या वाट्याला येऊ नये म्हणण्याचा या जगात कुणालाही अधिकार नाही. प्रेम आंधळं असतं असं आपण म्हणतो. पण खरं सांगायचं तर जीवन हाच आंधळ्या कोशिंबिरीचा खेळ आहे. आत्मपूजनाच्या पोटी या कुरकुरणाऱ्या माणसांची आत्मवंचना जन्माला येते. कुठल्याही आत्मवंचकाला जग आणि जीवन यांची यथार्थ कल्पना करता येणं अशक्य आहे. मग आपल्या खांद्यावरला सूळ हा क्रूस नाही हे त्यांना कसं कळावं?

क्रूसाचा अधिकार असलेली माणसं या जमातीहून सर्वस्वी निराळी असतात. ती आत्मपूजक नसतात. उलट ती आत्मशोधक असतात. त्यामुळं स्वतःच्या दुःखापेक्षा भोवताली क्षितीजापर्यंत पसरलेली इतरांची दुःखंच त्यांना सहस्रपटींनी उत्कट वाटतात. ती दुःखं हलकी करण्याचा ध्यास ती घेतात. अशा रीतीनं आपणहून स्वीकारलेल्या या व्रतस्थतेतूनच त्यांचं जीवन घडत असतं. नकळत शिळेचं सुंदर मूर्तीत रुपांतर होतं. बाह्यतः त्यांचं जीवन वेदनांनी व्यापलेलं असलं तरी अंतरंगात

ही माणसं आनंद सागरात पोहत असतात. अशी माणसं आपणावर होणाऱ्या घोर अन्यायाबाबतसुद्धा तोंडातून चकार शब्द काढीत नाहीत. इहलोकी प्रभुचं राज्य आणायला निघालेल्या येशू ख्रिस्तानं असह्य वेदनांनी व्याकूळ झालेल्या शेवटच्या क्षणी उद्गार काढले, 'हे प्रभो, या लोकांना तू क्षमा कर. आपण काय करीत आहोत हे त्यांना कळत नाही.'

क्रूस खांद्यावरून घेऊन जाणारी माणसं गरुडासारखी असतात. उलट तिन्ही त्रिकाळ कुरकुरणारी माणसं असतात चिलटासारखी. एवढंसं लागलं की त्याचा बाऊ करणाऱ्या लहान मुलांच्या मानसिक अवस्थेतच ती जन्मभर अडकून पडतात; पण व्रतस्थपणानं खांद्यावर क्रूस वाहून नेणारी माणसं अगदी भिन्न असतात. ती शैशवातच प्रौढ होतात आणि प्रौढत्वातही शैशवाचा निरागसपणा बाळगून जगतात. त्यांच्या जीवन नाटकाच्या पहिल्या अंकातच एक दिव्य क्षण येतो, त्या दिसणाऱ्या प्रकाशाच्या मागून ती हसतमुखानं चालू लागतात. आफ्रिकेत ऐन मध्यरात्री महात्मा गांधींना काळा आदमी म्हणून एका गोऱ्या माणसानं पहिल्या वर्गाच्या डब्याबाहेर ढकलून दिलं. स्टेशनवरल्या थंडीत कुडकुडत असताना गांधीजींच्या आयुष्यात हा दिव्य क्षण उगवला. मित्राबरोबर शिकारीला गेलेल्या लहानग्या श्वायत्झरच्या जीवनात पाखरावर बंदुकीचा नेम धरला असताना प्रार्थना मंदिरातला घंटानाद कानी पडून तो दिव्य क्षण उदय पावला. माणसासारखा माणूस केवळ एका दुर्धर रोगाने ग्रस्त झाल्यामुळे समाजाने भुताप्रमाणे भयप्रद मानलेला पाहून बाबा आमट्यांच्या जीवनात हा प्रकाश क्षण आला. असे दिव्य क्षण ज्यांच्या आयुष्यात येतात त्यांनाच माझा क्रूस मी खांद्यावर वाहून नेत आहे, असे म्हणण्याचा अधिकार पोहोचतो; पण मनुष्य स्वभावाची मोठी मौज ही आहे की अशी माणसं 'I have to bear my cross!' असे उद्गार स्वप्नातसुद्धा काढीत नाहीत. कारण तो क्रूस हा आपला वधस्तंभ नसून विजयस्तंभ आहे हे त्यांच्या पूर्णपणे जागृत झालेल्या आत्म्याला पुरेपूर पटलेलं असतं!

रविवार सकाळ, दिवाळी, १९७३

www.ingramcontent.com/pod-product-compliance
Lightning Source LLC
Chambersburg PA
CBHW030150200626
46812CB00016B/1783
* 9 7 8 8 1 7 7 6 6 2 5 4 2 *